पार्सल एक रहस्य

D9900128

सूर्यकांत रघुनाथ जाधव

Copyright © Suryakant Raghunath Jadhav
All Rights Reserved.

ISBN 978-1-63940-189-5

This book has been published with all efforts taken to make the material error-free after the consent of the author. However, the author and the publisher do not assume and hereby disclaim any liability to any party for any loss, damage, or disruption caused by errors or omissions, whether such errors or omissions result from negligence, accident, or any other cause.

While every effort has been made to avoid any mistake or omission, this publication is being sold on the condition and understanding that neither the author nor the publishers or printers would be liable in any manner to any person by reason of any mistake or omission in this publication or for any action taken or omitted to be taken or advice rendered or accepted on the basis of this work. For any defect in printing or binding the publishers will be liable only to replace the defective copy by another copy of this work then available.

आयुष्यात अनेक चढ उतार प्रत्येकाच्या आयुष्यात येत असतात. अश्या संकटांना सामोरं जाण्याचं सामर्थ्य अर्थातच एका क्षणात येत नसत. ते आपल्या संस्कारांतून, आपल्या संगोपनातून, आपल्याला येणाऱ्या अनुभवांतून येत असतो. आणि या सर्वांमध्ये आपले चांगले संगोपन करून आपल्याला लढण्यासाठी सक्षम करणारे, आपल्या यश-अपयशात आपल्या पाठीशी कायम उभे राहणारे, आपल्याला पाठबळ देणारे आपले आई-वडील हेच खरे मार्गदर्शक, शिक्षक, गुरु आणि दैवत ठरतात. माझे हे पहिले वहिले पुस्तक माझी आई (कै. सौ. अलका रघुनाथ जाधव) आणि वडील (श्री. रघुनाथ बाबू जाधव) यांना समर्पित.

अनुक्रमणिका

प्रस्तावना

कोविड-१९ ची नुकतीच सुरुवात होती. सर्व ऑफिसेस बंद होते. lockdown मुळे दैनंदिन जीवनातील रोजनिशी मध्ये पूर्ण बदल झाले होते. दिवसभर टीव्ही आणि मोबाइलचा पाहण्याचा अतिरेक झाला होता. शेवटी कोणत्याही गोष्टीचा अतिरेक त्यातील स्वारस्य कमी करतेच. मी हि असाच घरामध्ये बसून कंटाळलो होतो. वाचता वाचता ठरवलं काही तरी लिहून पाहावं. अगदी तोडक्या मोडक्या शब्दात लिहायला सुरुवात केली. यासाठी उपयोगी पडलं ते writco ॲप. यावर लिहिता लिहिता एक दिवस स्पर्धात्मक लिखाणासाठी विषय दिला गेला "पार्सल". इंग्लिश शीर्षक असलेल्या या कथेवर लिखाणाचा अवधी फारच कमी होता, शिवाय मराठीमधील लिखाण गृहीत धरले जाणार नाही असाच माझा समज. मी शीर्षकाचा धागा धरून लिहायला सुरुवात केली. जस जमेल तस छोट्या छोट्या भागांमध्ये कथा लिहून काढल्या. बघता बघता मालिका रंगात आली. शेवटी कथेला ७ महिन्यांनंतर पूर्ण करण्यात यश आले. पहिलाच प्रयत्न, पहिलीच कथा आणि पहिलेच पुस्तक वाचकांसाठी नक्कीच उत्कंठावर्धक असेल अशी खात्री बाळगतो.

धन्यवाद.

नांदी, प्रस्तावना

सूर्या (नायक) एका छोट्याश्या गावात राहणारा साधारण कुटुंबातील तरुण मुलगा आहे. मित्रांसोबत weekend ला ट्रेकिंग ला जाणे त्याला आवडत असतें. असाच एका weekend ला ट्रेकिंग ला जायची तयारी सुरु असते. अचानक दाराची बेल वाजते. बाहेर कुणीही नसतं परंतु पायरीवर एक निनावी पार्सल सापडत. या पार्सल मध्ये एक पुरातन चावी आणि तिच्या वापरासंबंधी माहिती असतें. हे रहस्य उलगडण्यासाठी नायक weekend ट्रेकिंग ला जाणे cancel करून चिट्ठीमध्ये सांगितलेल्या ठिकाणावर जायला निघतो. सोबत ट्रेकिंग चे सामान ही घेतो.

निसर्गाचा आस्वाद घेत नायक डोळखांब जवळील घनदाट जंगलात पोहोचतो. या जंगलातील पुरातन मंदिरात त्याला एक आजी भेटते. आजी त्याला खाऊ घालते आणि पर्वतावर देवभू बाबांच्या अदृश्य वावराबद्दल सचेत करते, तसेच संकटसमयी देवभू बाबांच्या स्मरणाचा कानमंत्र देते. नायक पर्वतरोहनात अनेक कठीण प्रसंगांवर मात करत पुढे जातं राहतो. अनेक प्रसंगात अदृश्य खुळखुळ्यांचा आवाज नायकाला आसपास देवभू बाबांच्या अस्तित्वाची जाणीव करून देत असतो. तसेच सापडत नसलेल्या वाटा दाखवून देत असतो. शेवटी चिट्ठीत सांगितलेल्या ठिकाणावर पोहोचल्यावर एक प्राचीन गुफा दृष्टीपथास लागते. या गुफेत रहस्यमयी संदूक शोधण्याची महत्वाची कामगिरी पार पाडल्यावर ती गुफा पूर्णपणे कोसळून भुईसपाट होते व नामशेष पावते. संदूक घेऊन थकलेल्या अवस्थेत नायक पुन्हा पर्वताखालील मंदिरात येतो. तिथे आजी नायकाला संदुकिमधील रहस्यमयी पुस्तिकेबद्दल परिचित करते व त्या पुस्तिकेच्या वापरा संबंधीचे नियम समजावून सांगते. नायक परतीच्या मार्गांवर असताना समजते कि मंदिरात असणारी आजी 2 महिन्यांपासून शेजारील गावातच आहे. हे ऐकून नायकाला आश्चर्याचा धक्का बसतो.

नायक वृद्ध आजीने सांगितलेल्या नियमांमधील कोडे सोडवण्याचा

प्रयत्न करतो. यापैकी मनुष्य विरहित पुण्यभूमी आणि उंचावरील ठिकाण या दोन प्रश्नांची उत्तरे मिळतात. तिसरा प्रश्न असतो तो त्या पुस्तिकेतील लिपीचा. आजीने सांगितलेल्या नियमांप्रमाणे त्या पुस्तिकेतील आद्याक्षरे पहिल्या प्रहरातील सूर्याच्या किरणांबरोबर दृश्य होणार होती आणि पहिल्या प्रहराच्या शेवटी ती अदृश्य होणार होती, शिवाय प्रत्येक शब्दामध्ये एक मंत्र दडलेला आहे. त्यामुळे पुस्तिकेतील भाषा व अर्थ तात्काळ नं समजल्यास पुन्हा त्याच मुहूर्ताची वात पाहावी लागणार होती. यावर उपाय म्हणून recording चा वापर करण्याबद्दलची सामग्री जमा करतो. आजीने सांगितलेल्या मुहूर्तावर व योजिलेल्या ठिकाणावर विधिवत पूजा अर्चा करून रहस्याचा उलगडा करण्याच्या दृष्टीने पाऊल टाकतो. पुस्तिकेतील भाषा खरोखरच अपरिचित असतें त्यामुळे त्याने केलेले नियोजन यशस्वी होते.

घरी परतल्यावर प्रत्येक पानाचे recording pause करून screen shot घेऊन नायक एक पुस्तकं तयार करतो. पुढे त्या पुस्तिकेतील भाषेचा शोध चालू करतो. अनेक प्रयत्न करूनही नायकाला त्या लिपीचा उलगडा होत नाही. एके दिवशी अचानक एक भिक्षुक नायकाला भेटतो. भिक्षुकाला शिदोरी देऊन नायक खोलीमध्ये परततो तेव्हा तो भिक्षुक नायकासमोर प्रकट होतो आणि नायकाला एका वेगळ्याचा ठिकाणावर मार्गस्थ होण्यासाठी आज्ञा करतो.

एक नास्तिक व्यक्ती अध्यात्मिक मार्गांवर जाताना ते ही समूळ सर्व गोष्टींचा त्याग करून अनपेक्षित मार्गांवर जाणे नायकाला पेचात टाकते. तरीही शेवटी नायक सर्व गोष्टींचा त्याग करून देवभू बाबांनी सांगितलेल्या मार्गांवर प्रस्थान करतो. अनेक कष्ट सहन करत शेवटी एका महान ऋषींमुनींच्या म्हणजेच खुद्द देवभू बाबांच्या सान्निध्यात कठीण तप पूर्ण करतो. या तपामध्येच नायकाला त्या पुस्तिकेतील आध्याक्षरे दृश्य स्वरूपात अवगत होतात आणि नायकाला संपूर्ण ब्रह्मांड आणि सृष्टीच्या मिर्मितीचे, संरचनेचे ज्ञान प्राप्त होते. तप पूर्ण केल्यावर देवभू बाबांच्या आशीर्वादाने नायक या ज्ञानाचा वापर सजीव कल्याणासाठी करण्यासाठी पृथ्वी भ्रमण चालू करतो.....

1

पार्सल... एक रहस्य....

पार्सल... एक रहस्य....

- **पार्सल... एक रहस्य.... भाग 1**

संध्याकाळची वेळ होती, नुकताच ऑफिस मधून घरी आलो होतो. बाथरूम मधून हात पाय धुवून tv समोर बसलोच होतो, तेवढ्यात दार खटखटलं.... दार उघडून बाहेर पाहिलं, पण कुणीही दिसलं नाही. दार लावून आत जाणार तोच पायरीवर काहीतरी असल्याच जाणवलं.... एक पार्सल... हो... आज मला एक निनावी पार्सल मिळालं. मी कुतूहलाने ते उघडून पाहिले, त्यामध्ये एक जुनी पण चांगली जपलेली चावी मिळाली. सोबत एक चिट्ठी होती. चिट्ठी उघडून पाहिलं, त्यात चावी च्या वापरासंबंधी माहिती दिली होती. मी अनेक कयास लावू लागलो. चावी नक्की कसली असेल, आपल्या पूर्वजांनी आपल्यासाठी काही खजिना तर ठेवला नसेल? काही भयानक घडणार नाही नां? पूर्वजांची काही माहिती तर नसेल? कुणी मजा म्हणून तर नाही नां पाठवली?

विचार करता करता पुढे वाचू लागलो.

त्यामध्ये चावी कोणत्या कुलुपाची आहे, हे स्पष्ट लिहिले नव्हते. त्यामुळे मला कुणीतरी मूर्ख बनवतोय या विचाराने मी ते पार्सल पुन्हा गुंडाळून टेबलाच्या खाली ढकलून ठेवले. पहाटे मित्रांबरोबर ट्रेकिंग ला जाण्याचा बेत असल्याकारणाने बरीच तयारी करायची होती. घाईघाईत जेवण उरकून मी माझी बॅग पॅक करू लागलो... एव्हाना रात्रीचे 10.30 वाजले होते. सकाळी 5.30 ची ट्रेन पकडून सर्व जण अंबरनाथ रेल्वे स्टेशन ला भेटणार होते. आणि मग पुढे नेरळ ला उतरून मोटर टेकडी मार्गे आदिवासी पाड्यांना भेट देत, खाण्याचे पॅकेट वाटप करत आडवाटेने माथेरान चा टप्पा गाठणार होतो. हाच विचार करत अंथरुणात पडलो. पण मध्येच पार्सल चे विचार मनात येऊ लागले.. मी कूस बदलून झोपी जाण्याचा प्रयत्न करत होतो पण ते पार्सल, चावी आणि चिट्ठी यांच्या मुळे डोक्यात विचारांचा काहूर माजू लागला. शेवटी मी अंथरुणातून उठलो. लाईट लावून टेबलाच्या खाली फेकलेले पार्सल घेऊन पुन्हा बेडवर गेलो. आतली चिट्ठी काढून बारकाईने वाचू लागलो.

अबापर्वताच्या माथ्यावर दगडाने बनवलेला पाळणा, त्याच्या दिशेने जाताना एक छोटीशी घळई लागते. तिला पार करून पुढे गेल्यावर एक छोटी गुफा लागते. गुफेच्या खालच्या बाजूला पाण्याचे टाके आहे. पाण्याच्या मध्यभागी जायला अरुंद जागा बनवलेली आहे. मध्यभागी एक दगडी खांब आणि त्याच्या आत एक छोटी कप्पी दगडांनी बंद करून ठेवली आहे. त्या कप्पीमध्ये एक छोटी संदूक आहे. त्यामध्ये एक दुर्लभ वस्तू मिळेल. बाकी माहिती त्यातच मिळेल. वाचता वाचता मी स्तब्ध झालो. काहीतरी रहस्य मला साद घालत आहे याची मला आता जाणीव झाली होती.

रात्रीचे 2 वाजले होते. पण जे काही घडत होते त्याने माझी झोप उडाली होती. मी मोबाईल वरून गूगल केल. अबापर्वताचा नेमका ठिकाण शोधून काढलं. डोळखांब पासून 1.30 ते 2 तास पायी चालल्यावर अबापर्वताच्या पायथ्याशी असलेल्या घनदाट जंगलात एक छोटंसं मंदिर लागत. मंदिराला लागून समाधिस्त बसण्यासाठी छोटीखानी गुफा बनवली आहे. मंदिराची देखरेख एक वृद्ध म्हातारी

करते. माहिती मिळवता मिळवता सकाळ कधी झाली कळलंच नाही. मित्रांचे फोन येऊ लागले. "अरे सूर्या कुठे आहेस? लवकर स्टेशन ला पोहोच, आम्ही तुझी वाट पाहतोय". माझ मन आता अबापर्वताच्या ओढीने लागले होते. मी टोलवा टोलवीचे उत्तर देऊन मित्रांना पुढे जायला सांगितले. बॅग पॅक केली होती. दादाची bullet माथेरान ला जायचंय म्हणून मागून घेतली.
सोबत बॅटरी, दोरखंड, छोटा लोखंडी गज आणि ते पार्सल बरोबर घेऊन निघालो.

पावसाळा नुकताच चालू झालेला. त्यात सकाळची थंड हवा, सूर्याची किरणे काळोखाला लालसर पालवी फोडत होता. मध्येच पाण्याचे काळे ढग सूर्यकिरणांना झाकून पुढे सरकत होते. रस्त्याच्या बाजूने, मोकळ्या माळरानात मातीतून हिरवळ बाहेर डोकावत होती. मातीच्या खांपुऱ्या गवतावर तरंगत होत्या. वाहनांची वर्दळ अजून चालू नव्हती, bullet चा आवाज पहाटेची शांतता भंग करत होता. पक्षांची किलबिल ऐकू येत होती. मजल दरमजल करत मी मुरबाड ला पोहोचलो. एका टपरी वर गरमा गरम चहा पिऊन काही वडापाव पार्सल बांधून घेतले.
लवकर पोहोचण्याच्या ओढीने विश्रांती न घेताच मी पुन्हा मार्गस्थ झालो.

रस्ते खराब असल्याने डोळखांब ला पोहोचायला सकाळचे 10 वाजले. पुढे कस जायचं याची विचारपूस करताना एक आजोबा म्हणाले "बा फुढं गारी घोरी नाय बा जातं... चिखल हाय... पायवाटेनी जा..." बाजूच्या आदिवासी पाड्यामध्ये जाऊन थोडी आणखी माहिती घेतली. माहिती सांगणारे आजोबा माझ्या मागेच तिथे आले. त्यांनी माझी चौकशी केली, कुठून आला, वगैरे. मग मला त्यांच्या घरात येण्याचा आग्रह करून मला चहा प्यायला दिला. त्यांच्या पाहुणचाराने मी भारावून गेलो. गाडी त्यांच्याच घराच्या अंगणात लावून मी निघालो पुढच्या प्रवासाला. पावसाची रिमझिम चालू झाली होती. मुख्य रस्ता मागे टाकून चिखलातून दगड धोंड्यातून मी चालत राहिलो. पूर्ण चिखल अंगावर घेत, पावसाचा आनंद लुटत, मी एक माळरानावर पोचलो. येथून अबापर्वताच्या पायथ्याशी असलेले जंगल आता धूसर दिसत होते.

नीलगायी चरण्यासाठी बाहेर आल्या होत्या. मध्येच खेकडे गवत घेऊन बिळात जाताना दिसत होते. कोकिळेची कुहूकुहू इतर पक्षांचे आवाज धाकत होते. मध्येच एखादा सर्प पायवाटेला पालथा पडलेला दिसत होता. जसजसा पुढे जातं होतो, तसतसा जंगल अधिक स्पष्ट दिसु लागले होते. पोटात आता गुडगुड आवाज येऊ लागले होते. पाय सुद्धा विश्रांतीसाठी आवाज देत होते.

वाटेवर एका वडाच्या झाडाखाली मी थांबलो. दगडावर थोडा वेळ बसून पायांना आराम दिला. बॅगेतून वडापाव आणि चटणी काढून खाल्ले. जंगल नजरेस दिसू लागल्याने माझी उत्सुकता शिगेला पोहोचली होती....

आता माळरान सोडून करवंदाच्या जाळ्यांमधून वाट काढत मी जंगलात शिरलो होतो. काटेरी झुडपे अंगाला घासताना त्वचेवर वण उठवत होते. हात पाय आणि चेहऱ्यावर जखमा दिसत होत्या. मध्येच पानांची सळसळ मनाला धसका देत होती. हळूहळू काळोख वाढत होता. आजूबाजूला आणि दूरवर कोणीही दिसत नव्हते. आता मी एका निर्मनुष्य, घनदाट जंगलाच्या मध्य भागात आलो होतो. पायवाट धूसर झाल्या होत्या त्यामुळे रस्ता शोधणे कठीण जातं होते. बाजूच्या झाडाची काठी तोडून एका हाताने झाडांची पाने आणि गवत धोपटत मी पायवाटेच्या खुणा हुडकत आणखी आत शिरलो. आता पुढे झाडी थोडी कमी झाली. काही अंतर चालून गेल्यावर गवत, पालापाचोळा आणि झाडी विरळ झाली. पुढे एक दगडांचा सापळा आणि त्यावर कौलांचा छप्पर, बाजूने कुडाचा आडोसा असं एक पुरातन मंदिर दिसलं.

मी शोध घेत असलेल्या मंदिरापर्यंत मी पोहोचलो. बाहेरचा परिसर फिरून घेतला. पाण्याची छोटी टाकी दिसली तिथे पाण्याची बाटली भरून घेतली. चिखलाने माखलो होतो. अंगावर पाणी घेऊन अंगावरचा आणि कपड्यांवरचा चिखल काढला. मग मंदिराकडे गेलो. बॅग आणि सर्व सामान कोपऱ्यात ठेऊन मी मंदिराच्या गाभाऱ्यात प्रवेश केला. आत मध्ये लक्ख काळोख होता. दगडांच्या खोबणीत छोटी पणती मिणमिणत होती. अगरबत्ती चा सुगंध चौफेर पसरला होता. मध्यभागी कुणा एका संत महात्म्याची समाधी होती. बाजूने देवतांच्या दगडात

कोरलेल्या मुर्त्या होत्या. प्रवेशद्वाराजवळ रामायण कालीन नागदेवता आणि देवीदेवतांच्या पावलांच्या खुणा असलेले शिल्प होते. दर्शन घेऊन मी तिथेच बसलो. तेथील शांतता विलक्षण सुखाचा गारवा पसरवत होती. डोळे बंद करून मी थोडा वेळ गाभाऱ्यासमोरच मांडी खालून बसलो. पूर्ण अंधकारात मी देवाचा शोध घेत होतो जणू. प्रवासाचा थकवा दूर झाला होता. मात्र थंडीने अंग कुडकुडायला लागले. अचानक बाहेरून काहीतरी खडखडल्याचा आवाज ऐकू आला. आधी वाटल पावसामुळे वगैरे झाडाची फांदी पडल्याचा आवाज असेल. लागलीच दरवाजा वाजला. मी मागे वळून पाहिलं एक सत्तरीतली म्हातारी हातात काठी आणि डोक्यावर टोपली घेऊन आत येत होती. थोडं चाचपडत ती कशीबशी दरवाजाला पकडून आत आली. टोपली मध्ये कंदमुळे आणली होती. टोपली बाजूला ठेऊन आजीने माझ्याकडे पाहिले. मंद हसत आजीने माझ्या डोक्यावर हात ठेवला. कणखर पण कापऱ्या आवाजात तिने मला विचारलं "बाळा भूक लागले का रे?"

मी आजीकडे पाहतच राहिलो... मी कोण आहे, कुठून आलोय, का आलोय याची काहीच दखल न घेता मला भूक लागले का विचारून जणू काही तिने मला पहिल्या भेटीतच आपलंस केल. मी माझ्या आजीला कधी पाहिलं नव्हत. तिच्या रूपात माझी आजीचं जणू मला भेटली होती. आजीने आतून काही सारवान आणले. पावसाळ्यात सुकी लाकडं मिळणार नाहीत म्हणून तिने आतल्या एका खोलीमध्ये पावसाळ्यापूर्वीच लाकूड जमा केले होते.

मीही आजीला मदत करू लागलो. चूल पेटवून त्यावर कंदमुळे शिजायला घातली आणि चुलीपुढे शेक घेत मी आजीला विचारू लागलो. मी म्हणालो, आजी पाळणा येथून किती दूर आहे?

आजी म्हणाली, डोंगरावर... पण डोंगरावर आता जाऊ नको, पाऊस थांबल्यावर जा, पाय घसरतो... धोक्याची वाट आहे.

मंदिरापासून डोंगर माथ्यावर जायला किती वेळ लागेल याचा अंदाज मला येत नव्हता आणि आजीला वेळ किती लागेल हे सांगता येत नव्हते. दुपारचे 2 वाजले होते. मी आजीने दिलेली कंदमुळे पोटभर

खाऊन थोडी माहिती विचारत वेळ घालवला. आता पाऊसही थोडा निवळला होता. मला डोंगरावर जायची घाई झाले हे आजीने चांगलंच ओळखलं होत. आजीने मला सांगितलं "जपून जा, डोंगरावर हवा जास्त आहे, माती सरकती आहे, दगड घसरतात, सर्प आहेत, काही संकट आल्यास देवभू बाबांचा धावा कर... तेच तुझ्या हाकेला धावून येतील..." आजी श्रद्धेपोटी बोलते म्हणून मी स्मितहास्य करत तिथून निघालो. निघता निघता आजी म्हणाली परत जेवायला ये, मी वाट पाहीन... डोळ्यात आजीचा काळजीवाहू चेहरा आणि आपुलकीने थरथरणारा पण कडक आवाज साठवून मी आजीचे आशीर्वाद घेऊन वाटचाल करू लागलो. पहिल्याच दगडावर डोकं ठेऊन महादेवाच स्मरण केल. हरहर महादेव बोलून पर्वत माथ्याकडे नजर लावली. सुईच्या टोकाप्रमाणे माथ्यावर चा टप्पा गगनाला भिडलेला दिसत होता. झाडांवरून पावसाच्या पाण्याच्या थेंबांचा टपटप आवाज येतच होता. हातात गज, कंबरेला दोरी घेऊन हळू हळू मी एक चढाव पार केला. पायाखालून माती हळुवार सरकत होती, मध्येच पायाच्या धक्याने दगड खाली दरीत पडत होते. डोंगरावरचा पाणी वाट भेटलं तिथून वाहत होता आणि कडेवर येऊन धबधब्यासारखा दरीत कोसळत होता. मध्येच एखादा सर्प माझी चाहूल लागताच पळ काढत होता. पाण्याच्या झर्याला लागून खेकडे लपत होते. डोंगराचा चढ सरळ उंच असल्यामुळे पाय भरून दुखू लागले होते. अजूनही ती घळई दिसत नव्हती. एका खडकावर बूड टेकवून मी आकाशाकडे पाहिले. ढग दाटून आलेले. थोड्याच वेळात विजांच्या कडकडाटासह आणि वादळी वाऱ्यासह पाऊस सुरु झाला. समोरच काहीच दिसेनासं झालेलं. मी एका दगडाच्या खोबणीत विसावलो. थोडं शांत होतो न होतो तोच धडाम धूम आवाज करत माझ्या समोर दगड माती कोसळू लागले. मनात धस्स झालं. तिथून कसही करून निघायचं होत. पण पाण्याचा मारा, आणि दगडांचा वर्षाव जसं काही माझ्याशी युद्ध खेळत होते. दगडाच्या खोबणीत मी दगडाला चिकटून वातावरण निवळण्याची वाट पाहू लागलो.

मनात महादेवाचा धावा सुरु होताच. पावसाचा आवाज कमी झाला तसा मी बाजूने बाहेर निघण्याचा प्रयत्न करू लागलो. समोर पाण्याने

भरलेला खड्डा होता. पलीकडे दरी. खड्ड्यात उतरणे म्हणजे मरणाला आमंत्रण होते. दगडामध्ये दोरी अडकवून खड्ड्याच्या बाजूला असलेल्या दगडाचा आधार घेत मी बाहेर पडू लागलो, दोन पावले पुढे आलो तोच कानात हळू आवाजात खुळखुळ्याचा आवाज ऐकू आला.

आजूबाजूला कोणीही नव्हते. मी दुर्लक्ष करून पुढे पाऊल टाकले तोच वरून घरंगळत आलेल्या दगडाने माझ्या डाव्या खांद्यावर घात केला. एका हातातील दोर सुटून माझा तोल गेला. पायाखालचा दगड निसटून मी दरीमध्ये त्रिशंकू अवस्थेत लटकून राहिलो. आता जीव जाणारच म्हणून डोळे बंद करून महादेवाचा धावा करू लागलो. थोडे हेलकावे देऊन पाय मातीमध्ये रुतवण्याचा प्रयत्न करू लागलो. मदतीसाठी आक्रोश करू लागलो. खूप प्रयत्न करूनही सुटका होत नव्हती. मी हरलो, मी मरणार, धैर्य संपले, हात सुटू लागले होते. डोळे बंद करून रडू लागलो. डोळ्यापुढे आजीचा चेहरा दिसत होता. मध्येच खुळखुळ्यांचा संथ आवाज कुणीतरी तिथे असल्याची जाणीव करून देत होता. दादाची गाडी, मित्रांची ट्रेक, घर, आजी जेवायला माझी वाट पाहणार होती, तोच डोक्यात वीज चमकली. आजीचे शब्द आठवले. कोणतेही संकट आले तरीही देवभू बाबांचं स्मरण कर... स्मरण कर..... मी वेगळ्याच उमेदीने दोरी घट्ट धरली, देवभू बाबांचं स्मरण केल.... आणि पुन्हा एक जोरात हेलकावा दिला. वाऱ्याच्या गतीने कानात खुळखुळ्याचा आवाज आला. जणू मला मागून कोणी ढकलतोय. मला वर चढण्यास मदत करतोय.... मी स्मरण चालूच ठेवले... मातीत पाय रुतवून दोरीच्या साहाय्याने वर आलो.... सुरक्षित ठिकाणी बसून देवभू बाबांचे आभार मानू लागलो. खुळखुळ्यांचा आवाज आता बंद झाला होता. आकाश निरभ्र झाले होते, पाऊस थांबला होता. संथ हवा शरीराला स्पर्शून माझ्या हिम्मतीची दाद देत होती. मला मिळालेल्या जीवनदानाचं अभिनंदन करत होते.

- **पार्सल... एक रहस्य.... भाग 2**

संध्याकाळ झाली होती आणि डोंगर चढून जाणे शक्य नव्हते. त्यामुळे थोडं पुढे जाऊन समतल जागा शोधायला लागलो. परंतु जागा

समतल असून उपयोग नव्हता. माती पाणी आणि दगड वरून येणार नाहीत याची पण काळजी घ्यायची होती. जवळ असलेला मोठा दगड पार करून गेलो. वर चढल्यावर दगडाचा समतल भाग मिळाला परंतु हवेच्या जोरापुढे तंबू उभारणे शक्य नव्हते. दगडाच्या खाली थोडी जागा होती. दगड भक्कम होता. आतील जागाही थोडी सुरक्षित वाटली. आत पडलेले छोटे छोटे दगड सावरून जागा समतल केली. तंबूचे कापड अंथरून त्यावर बसलो. एव्हाना सूर्य अस्ताला गेला होता. वाटपासाठी घेतलेले काही खाण्याचे पॅकेट्स माझ्याकडे होते. दगडाच्या एका बाजूला वरून येणारा पाण्याचा छोटा झरा होता, तेथून थोडा पाणी रिकाम्या बाटली मध्ये भरून घेतलं. बॅटरी च्या मंद उजेडात पोट भरून खाऊन घेतलं. भिजलो असल्याने थंडी भरून आलेली. बॅगेतील सुके कपडे अंगावर चढवून ओले कपडे एका कोपऱ्यात ठेवले. तंबूचे कापड एका बाजूने दुमडून अंगावर घेऊन शांत झोपी गेलो.

झोपेत, इथपर्यंतचा प्रवास डोळ्यासमोरून जातं होता. एक निनावी पार्सल घराबाहेर सापडणे, स्वप्नात त्या पार्सल विषयी कुतूहल जागे होऊन मध्यरात्री ते पार्सल उघडून वाचणे, ट्रेकिंग ला न जाता एकट्याने इकडे येण्याचा निर्धार करणे, वाटेत भेटलेले वृद्ध, मंदिर, मंदिरात भेटलेली आजी, खुळखुळ्यांचा आवाज आणि खूप मोठ्या संकटातून वाचलेले प्राण सर्व काही विलक्षण अद्भुत होते. असं वाटत होते मला इथे कुणीतरी त्याच्या इच्छेने आणलंय. तोच मला मार्ग दाखवतोय. त्याचबरोबर मनात त्या संदूक विषयी कुतूहल ही होते. बघता बघता पहाट झाली. पाऊस थांबला होता. हवेतील मोहक गारवा, डोंगराखाली पसरलेले दाट धुके, पक्षांची किलबिल पर्वतावर मला खिळवून ठेवत होते. ओले कपडे आणि अवजड सामान तिथेच ठेऊन, लागणाऱ्या वस्तू बरोबर घेऊन मी पुढे निघालो. अर्धा डोंगर चढून गेल्यावर समोर एक भला मोठा डोंगराचा सुळका दिसू लागला. त्याला पार करून पुढचा मार्गक्रमण करायचा होता. पावसामुळे बरीच पडझड झाली होती, घसरणीची वाट असल्यामुळे डोंगराचा सुळका पार करणे म्हणजे दिव्यच होते. लोखंडी गज आणि दोरीच्या साहाय्याने मी सुळका पार करायचं ठरवलं. दोरी सुळक्याच्या टोकावरील दगडांमध्ये अडकेल असा

फास तयार करून वर फेकला. अनेक प्रयत्नांनंतर मला यात यश आले. दोरीचा दुसरा टोक कंबरेला गुंडाळून एका हातात गज घेऊन मी सुळका चढून जाण्यास सज्ज झालो. पाय रोवण्यासाठी गजाने आघात करून खाचे करत मी पुढे सरकू लागलो. अखेर तो डोंगराचा सुळका पार करून मी आणखी एक पाडाव पार केला. डोंगराची कड पकडून हळू हळू पुढे जात राहिलो, एका बाजूला खोल दरी आणि निसटता रस्ता यामुळे पावलं जपून टाकत होतो. पावसाचे ढग जमा होत होते. त्यामुळे अंधार पसरू लागला होता. पावसाच्या सरींनां सुरुवात झाली तशी वाट आणखी अवघड झाली. कसाबसा तो रस्ता पार करून एका सुरक्षित ठिकाणी विसावा घेतला. डोंगर पोखरून तयार केलेला तो एक छोटा रस्ता होता. वरून डोंगराचाच छप्पर लाभलेला असल्याने पावसापासून संरक्षण होत होते. आता डोंगर माथ्यावरचा टोक स्पष्ट दिसत होता. मला वाट शोधायची होती ती त्या घळईची. त्यामुळे थोड्या विश्रांती नंतर पुन्हा चालू लागलो.

पाण्याचा वाहण्याचा खळखळ आवाज आवाज ऐकू येत होता. परंतु अनेक धबधबे असल्यामुळे कोणत्या दिशेने पुढे शोधायचं या पेचात पडलो. अचानक पाण्याच्या आवाजाबरोबरच हलका हलका खुळखुळ्याचा आवाज येऊ लागला. माझ्याबरोबर कुणीतरी तेथे असल्याची मला जाणीव होत होती. मी आवाजाच्या दिशेने चालू लागलो. मध्येच आवाज बंद व्हायचा. चहुबाजूनी शोधूनही जवळपास कुणीही दिसत नव्हते. मी जोरजोराने ओरडू लागलो. "कोण आहे तिकडे, समोर या "समोरून प्रत्युत्तर मिळत नव्हते. पुन्हा मी बुचकळ्यात पडायचो, जायचं कुठे? दुरून पुन्हा खुळखुळ्याचा आवाज यायचा. आणि मी आवाजाच्या दिशेने जलद गतीने जायचा प्रयत्न करायचो. लपाछपी चा खेळ चालू असतानाच दुरून एक झरा वाहताना दिसला. दाट झाडें झुडपे, गवत, दगड माती, आणि तोकड्या वाटा यामुळे मागे वळून पाहताना भयानक वाटायचे. पुढे जाताना मनात भीती निर्माण होत होती. निर्मनुष्य डोंगराच्या मध्ये घनदाट जंगल, वरून धो धो पाऊस आणि माहित नसलेले ठिकाण मी शोधत होतो. जवळपास असलेले खाण्याचे सामान संपले होते. थोडं पाणी पिऊन मी झऱ्याच्या बाजूने

चालू लागलो. बरेच अंतर चालून गेल्यावर दुरूनच एक घळई दिसली. माझा आनंद गगनात मावेनासा झाला. मी शोधत असलेली घळई बहुतेक हीच असावी असा अंदाज बांधून मी घळईच्या जवळ गेलो. पाण्याचा प्रवाह खूप जास्त होता. घळईची रुंदी जास्त होती. तिला पार करून पुढे जायचं होत. मी पुन्हा जंगलात शोधाशोध चालू केली. पडलेलं एखाद झाड दगडांमध्ये अडकवून त्याच्या साहाय्याने ती घळई पार करता येणार होती.

बराच वेळ घालवून शेवटी मला तसा उन्मळून पडलेला परंतु उचलून नेता येईल असा झाड मिळाला. थोडं वरच्या बाजूला पाण्याची खोली कमी असलेल्या जागी ते झाड दगडांच्या खाचेत अडकवलं. ते भक्कम आहे याची खात्री करून, झाडाच्या आधाराने ती घळई हळू हळू पार केली.

- **पार्सल... एक रहस्य.... भाग 3**

घळई पार करून गेल्यावर सर्वत्र काटेरी झुडपे आणि दलदलीचा भाग दिसत होता... थोडा वेळ आजूबाजूला पाहून झालं. वाट सापडत नव्हती. काठीचा आधार घेत मी त्या दलदलीत उतरलो. गुडघाभर चिखलातून काट्याकुट्यातून मार्ग काढणे अवघड जातं होते. बराच अंतर पार केल्यावर मुरुमाची जागा दिसू लागली. चिखलातून बाहेर येऊन एका पाण्याच्या डबक्यात हात पाय धुवून चिट्ठी मध्ये वर्णिलेल्या गुफेचा शोध मी घेऊ लागलो. संध्याकाळ होत आली होती. काळोख होण्याआधी गुफा शोधने गरजेचे होते. त्यामुळे आणखी वेळ न दवडता पावले जोरात उचलू लागलो. खुळखुळ्यांचा आवाज मधूनच वाट बरोबर असल्याची जाणीव करून देत होता. आवाजाच्या दिशेने मी लगबगीने जाऊ लागलो. आता समोर एक मोठा डोंगर लागला होता. डोंगराच्या बाजूने काही अंतरावर छोटीखानी काळोखी जागा दृष्टीपथास पडली. आपण शोधत असलेली गुफा हीच असावी असा अंदाज बांधून मी गुफेच्या दिशेने कूच केले. दुरून छोटी वाटणारी काळोखी जागा जवळ गेल्यावर एक मोठी निसर्गनिर्मित गुफा होती. गुफेच्या आत गर्द काळोख होता. बॅगेतील बॅटरी काढून मंद उजेडात गुफेचा थांग घेण्याचा मी प्रयत्न केला. आतील

बाजूस अनेक कपाऱ्या होत्या, कदाचित गुफा आतून आणखी मोठी असावी. अनेक रस्ते कपाऱ्यातून आत गेली असावीत. पण ते किती दूरपर्यंत गेले असतील याचा अंदाज लावता येत नव्हता.

वटवाघळांच्या विष्ठेमुळे एक विशिष्ट असा उग्र वास आतमध्ये पसरला होता. काळोख पडणार होता त्यामुळे आधीच अंधार असलेल्या गुफेत बॅटरी च्या मंद उजेडात जाणे धोक्याचे वाटत होते. गुफेच्या भिंतींवर पाझरलेले पाणी बॅटरी च्या उजेडात चमकत होते. काळोख होण्याआधी गुफेच्या आजूबाजूच्या परिसराची टेहळणी केली. एका सुरक्षित ठिकाणी बॅग ठेऊन खाण्यासाठी काही मिळेल का पाहिलं. काळोख वाढत होता. पावसाच्या सरी केव्हा ही कोसळत त्यामुळे बॅग ठेवलेल्या जागी जाऊन झोपण्यासाठी जागा केली. खूप थकवा आल्यामुळे आणि खायला काही नसल्यामुळे थोडा अशक्तपणा आला होता. ती रात्र पाणी पिऊन घालवायची होती. गुफेच्या तोंडावर ओलावा नसलेल्या जागेत मी आडवा झालो. थंडी, भूक आणि भयावह वातावरणात झोप लागत नव्हती. उजेडण्याची वाट पहात मी देवभू बाबांचं स्मरण चालू ठेवलं. प्रवासाचा त्रास होत होता, पण हवे असलेल्या ठिकानापर्यंत पोहोचण्याचा आनंद, मनाला सुख देत होता.

पहाट झाली तसा मी उठून बसलो. बाहेर पाण्याचा शोध घेऊन सकाळची आन्हिक आवरली. आता मी सज्ज होतो गुफेच्या खाली असलेल्या पाण्याच्या टाकेचा शोध घेण्यासाठी. हळूहळू उजेडताना गुफेतील गर्द काळोख फिका होत होता. त्यामुळे गुफेतील ओबडधोबड भिंती, कोळीचे जाळे, दगडांचे निघालेले टोकदार सुळके, जमिनीच्या दिशेने वाढलेले सुळके, पाण्याने भिजलेल्या भिंती, पायाखालची समांतर नसलेली जमीन आणि अनेक कपाऱ्या असलेल्या वाटा दिसू लागल्या होत्या. दोरखंड, गज आणि बॅटरी घेऊन मी डाव्या बाजूने एक एक कपारीत जाऊन पाण्याच्या टाक्याचा शोध घेत होतो. नऊ कपाऱ्या पालथ्या घालून झाल्या पण पाण्याचे टाके काही दिसले नाही. आता दहाव्या कपारी मध्ये जायचं होत. सुरुवातीचा भाग अत्यंत निमुळता असल्याने आत जायला भीती वाटत होती तसेच एवढ्या निमुळत्या जागेत पाण्याचे टाके नसेल अशी भावना मनात होती, तरीही मी हळूहळू

पुढे सरकत राहिलो. काही अंतरावर वाटेला थोडा वळसा होता, तिथून थोडं खाली उतरणारा रस्ता होता. रस्ता म्हणता येणार नाही पण पुढे जायला रिकामी जागा होती. दगडांच्या टप्प्यांवर पाय देऊन मी खाली उतरलो. उजव्या हाताला कपारिचा आधार घेत आत गेलो. पुढे एक पाणी साठलेली जागा दिसली. झिरपलेले पाणी साठून ते पाण्याचे टाके तयार झाले होते. हजारो वर्ष्यांत येथे कुणीही आलं नसावं अशी ती जागा भासत होती. साठलेल्या पाण्याला घाणेरडा वास येत होता. शेवाळ मुळे पाण्याला हिरवा रंग आला होता. चौफेर अनेक सुळक्यांचे खांब तयार झाले होते. मला हवा असणारा दगडी खांब कोणता हे आता शोधायचा होता. चिट्ठी मधील वर्णनाप्रमाणे मधल्या भागात खांब होते आणि वरच्या भागात दगडाने बंद केलेली कप्पी होती. त्याप्रमाणे पाण्याच्या टाकेच्या मधल्या भागात प्रत्येक खांब चौफेर पाहू लागलो. मधल्या भागातील खांबांजवळ हात लावतांना विशिष्ट असा आवाज येत होता. त्यामुळे मनात भीती निर्माण झाली होती. पाण्याची पातळी थोडी वाढली असल्याने प्रत्येक खांबाजवळ जायला जपून पाय टाकावा लागत होता. पाच सहा खांब पाहून झाल्यावर एका भक्कम भासत असणाऱ्या खांबाजवळ मी येऊन पोचलो. वर निरीक्षण केल्यावर जवळपास दहा फुटांवर एका दगड वरचे वर काढून लावलेला दिसला. काही दगड पायाखाली ठेऊन मी तो दगड बाजूला करू पाहत होतो. तोच भयंकर आवाज होऊ लागले. जमिनीला धक्के जाणवू लागले. वरून काही दगड खाली पडू लागले. थोडी घाई करत गजाच्या साहाय्याने मी तो दगड हलवला. आता जमिनीचे धक्के आणखी जोराने जाणवू लागले. काहीतरी विपरीत घडणार याची चाहूल लागली होती. शक्य तितक्या लवकर ते संदूक घेऊन मला तिथून पळ काढायचा होता. बॅटरी च्या उजेडात दगडाच्या कप्पीमध्ये पाहिले, काही तरी चमकदार वस्तू आत दिसली. लोखंडी गज दगडाच्या कप्पी मध्ये घुसवून मी गजावर छोट्या दगडाने प्रहार केले. तसें जमिन हादरू लागली, विजांच्या कडकडाटासह वातावरण भयाण झाले, वरून दगड कोसळू लागले. दोन्ही हाताने ती वस्तू खेचून मी बाहेर काढली. ती संदुकच होती. मी क्षणाचाही विलंब न लावता त्या पाण्याच्या टाकेतून पळ काढला. वर येताच मोठ्या

आवाजासह वरचा दगडी छत खाली कोसळला. पाण्याचे टाके पूर्णपणे बुजून गेले.

जीव मुठीत धरून मी तिथून पळ काढला. गुफेच्या तोंडाशी येऊन सर्व सामान उचलून गुफेच्या बाहेर सुरक्षित ठिकाणी आलो. विजांचा कडकडाट आणि जमिनीचा थरकाप आता थांबला होता. रिमझिम पाऊस माझे अभिनंदन करत होते. वातावरणात वेगळाच सुगंध पसरला. पक्षांची किलबिल ऐकू येऊ लागली. खुळखुळ्यांचा आवाज ऐकू येऊ लागला. संदूक मिळाल्याचा आनंद मनात साठवून मी परतीच्या मार्गाला लागलो.

भूक खूप लागली होती. पर्वताच्या माथ्यावर जायला आता हिम्मत होत नव्हती, त्यामुळे जास्त वेळ न दवडता मी लगबगीने खाली येऊ लागलो. खाली येताना बॅग थोडी हलकी झाली होती, पण संदुकीच वजन वाढल होत. तंबू चे सामान त्याच जागेवर सोडून मी मंदिराजवळ आलो. मला पाहून आजीने स्मितहास्य केल. तिने थरथरत्या आवाजात मला आत यायला सांगितलं. हातपाय स्वच्छ धुवून मी मंदिरात आलो. आजी माझ्याकडे पाहून म्हणाली "ती संदूक देव्हाऱ्यासमोर ठेऊन देवभू बाबांचं स्मरण कर " मला आश्चर्य वाटल, मी काही न सांगताच आजीला संदूक बरोबर आणल्याचं कस समजलं? .
आजीने सांगितल्याप्रमाणे संदुकीची पूजा करून देव्हाऱ्यासमोर ठेवली. आजीने जेवण वाढून जेवायला बोलावले. जेवता जेवता आजी सांगू लागली. "तुला सापडलेली वस्तू अनमोल आहे. संपूर्ण जग बदलण्याची शक्ती आहे ती. विधिवत त्या वस्तूचा वापर करावा लागेल तरच त्याच फळ मिळेल". मी दंग होऊन फक्त ऐकत होतो. जेवण उरकून मी आजीला विचारलं विधिवत म्हणजे नक्की काय कराव लागेल?

- **पार्सल... एक रहस्य.... भाग ४**

आजी पुढे सांगू लागली... "या संदुकी मध्ये एक ताम्रपत्रामय पुस्तिका मिळेल. या पुस्तिकेचे पूजन चैत्र शुक्ल प्रतिपदेच्या पहिल्या प्रहरापूर्वी ब्रम्ह मुहूर्तावर म्हणजेच पूर्वान्हापूर्वी करावे लागेल. पूजेसाठी

मनुष्यविरहित, उच्चस्थान तसेच पुण्यभूमी असावी. पुस्तिकेचे सर्व आद्याक्षर पहिल्या प्रहरामध्ये सूर्याच्या किरणांबरोबर दृश्य होतील आणि पहिल्या प्रहराच्या शेवटी ते अदृश्य होतील. पुस्तिकेतील प्रत्येक शब्दामध्ये एक मंत्र दडलेला आहे. पुस्तिकेचे वाचन चालू केल्यास ते अर्धवट सोडता येणार नाही. पुस्तिका वाचताना त्यावर कोणत्याही प्रकारची सावली पडू देता कामा नये. पुस्तिकेचा वापर झाल्यावर ती पूर्णपणे झाकून सूर्यप्रकाश अथवा कुणाच्याही दृष्टीपथास पडता कामा नये अश्या ठिकाणी ठेवावी".

आजीने सांगितलेला मूलमंत्र समजून घेतला. संदूक बॅग मध्ये व्यवस्थित भरून मी आजीचा निरोप घेतला...

पुन्हा गवत आणि चिखलवाट तुडवत मी गावामध्ये पोहोचलो. माझ्या bullet जवळ जाऊन उभा राहिलो. समोरून ते वृद्ध गृहस्थ स्मितहास्य करत माझ्याजवळ आले. त्यांनी मला हातपाय धुण्यासाठी पाणी दिले. थोडा वेळ आत बसून मी गप्पा मारू लागलो. आजोबा सांगू लागले, "अबापर्वत म्हणजे देवाचं साक्षात संचारस्थान आहे. इथे कोणीही चोऱ्यामाऱ्या करू शकत नाही. असे करणाऱ्यास देवच कठोर शिक्षा देतो. अनेक चमत्कार इथे सर्रास होत असतात. मंदिराच्या देखरेखी साठी आजी होती. ती आता आजारी असल्यामुळे 2 महिन्यांपासून मंदिरात कुणीही नाही". मी म्हणालो मला तिथे आजी भेटल्या. त्यावर ते वृद्ध गृहस्थ हसून म्हणाले, "आजीला आम्ही कालच बाजूच्या गावात भेटून आलो. त्यांना उठता बसता येत नाही". मी ऐकून अवाक झालो. देखरेख करणारी आजी मंदिरात नाही तर मग मला भेटलेली आजी कोण? मी विचार करतच त्या गृहस्थांचे आभार मानून त्यांचा निरोप घेतला. कुठेही न थांबता मी सरळ घरी आलो. घरी सर्वजण माझी वाट पाहतच होते. मी दिसल्याबरोबर अनेक प्रश्न विचारू लागले. मी ट्रेकिंग ला गेलो होतो आता खूप थकलोय असं सांगून मी सर्वांना टाळून खोलीत गेलो. खोलीचा दरवाज्या लावून, संदूक काळोख्या ठिकाणी लपवून ठेवली. थोडा फ्रेश होऊन खाऊन घेतलं. पुन्हा खोलीमध्ये स्वतःला बंद करून घेतलं.

मला भेटलेली आजी कोण असेल? माझ्याबाबतीत एवढे चमत्कार का

होत आहेत समजत नव्हते. रात्री लवकर झोपी गेलो. सकाळी लवकर उठून फ्रेश होऊन मी पुन्हा खोलीत आलो. दरवाज्याची कडी लावून मी आजीने सांगितलेली विधी आठवू लागलो.

आजीने सांगितल्याप्रमाणे पहिला प्रहर म्हणजेच सूर्योदयापासून 3 तासात ते पुस्तकं वाचायचे होते. प्रत्येक शब्दामध्ये मंत्र दडलेला आहे, मग त्याचा अर्थ कसा समजेल? मंत्राचा अर्थ समजून घेण्यात किती वेळ जाईल? आणि सर्वात महत्वाचं म्हणजे त्यात वापरलेली भाषा अथवा लिपी कोणती असेल? पहिल्या प्रहराच्या शेवटी ते शब्द अदृश्य होणार होते म्हणजे पुन्हा ते पुस्तकं वाचण्यासाठी तो योग येण्याची वाट पाहावी लागणार होती , ती जागा, तीच पूर्ण विधी करावी लागणार होती. मी वही आणि पेन घेऊन विधी मधील अडचणी आणि त्यावर उपाय शोधून लिहू लागलो.

मनुष्य विरहित जागा आणि तीही पुण्यभूमी... इंटरनेट वर अनेक तीर्थक्षेत्र शोधून झाले, अनेक ग्रंथांचे संदर्भ तपासून झाले. विचार करता करता त्या वृद्ध माणसाचे शब्द आठवले. देवांचा संचार असलेली भूमी, म्हणजेच पुण्य भूमी हीच असावी शिवाय उंच ठिकाण म्हणजेच पर्वताचे टोक... झालं... 2 प्रश्नांची उत्तरे सापडली होती. आता शोध घ्यायचा होता ग्रंथातील लिपीचा... परंतु पुस्तिका न उघडता त्याची उकल होने शक्य नव्हते.... पुढचा पेच काही सुटत नव्हता... एक दिवस आराम करून मी कामावर जाणे चालू केले. पुस्तिके बद्दलचे पेच कायम डोक्यात होते. काही दिवसांनी कंपनी मध्ये मशीन ऑपरेटिंग बाबत ट्रैनिंग साठी आणि मशीन ऑपेरेशन मॉनिटरिंग साठी सर्व मशीन वर CCTV कॅमेरा install करण्याचे ठरले. या कामाची जबाबदारी मी आणि IT dept. सांभाळणार होतो. पूर्ण प्रोसेस समजून घेतल्यावर मला या technique चा वापर पुस्तिकेच्या रेकॉर्डिंग साठी करता येईल हे निश्चित झालं. पुस्तकं उघडण्याचा मुहूर्त अजून दूर होता. दरम्यान च्या काळात आवश्यक सामानांची जमवा जमव केली. खासकरून यामध्ये रेकॉर्डिंग साठी कॅमेरा, स्टोरेज साठी पेनड्राईव्ह, चार्जिंग ची बॅटरी, पुरेश्या प्रकाशासाठी चार्जिंग light घेऊन ठेवले. मधल्या वेळात अबापर्वताच्या माथ्यावर जाऊन योग्य जागेची पाहणी करून आलो. या सर्व गडबडीत

मी काहीसा शांत झालो होतो. कामावरून घरी गेल्यावर मी माझ्या खोली मध्येच बराच वेळ देवभू बाबांच्या स्मरणात घालवायचो. मित्रांपासूनही दुरावलो होतो.

घरातील सर्वांना माझ्यातील बदल कळाला होता. बघता बघता तो दिवस येऊन ठेपला. आदल्या दिवशी सकाळी लवकरच मी अबापर्वताच्या दिशेने निघालो. सोबतीला लागणारा सर्व सामान घेतला होता. खाण्याचे जास्तीचे पॅकेट्स सोबत ठेवले. पावसाळा नुकताच संपला होता. थंडी चालू व्हायला अजून थोडे दिवस जायचे होते. मधल्या काळात भात पिकायचे दिवस, त्यामुळे उन्ह आणि गर्मी जास्त असतें. सकाळी 10.30 च्या सुमारास मी डोळखांब मध्ये पोहोचलो. रस्त्याला आता चिखल नसल्याने मी bullet सरळ पर्वताच्या दिशेने नेली. यामुळे माझा बराच वेळ वाचला आणि चालण्याचे परिश्रम ही वाचले. पुढे गाडी जाण्यासाठी रस्ता नव्हता. माळरानावर झाडाखाली गाडी सुरक्षित ठेऊन मी पायी निघालो. जंगलामध्ये गवत वाढल होत. परंतु तरीही पायवाट दिसत होती. कुणीतरी येण्याजाण्यासाठी बहुदा तयार केली असावी. शेवटी 1 च्या सुमारास मी मंदिराजवळ पोहोचलो. मंदिराच्या आजूबाजूचा परिसर स्वच्छ आणि प्रसन्न दिसत होता. घामाने भिजलो होतो. हातपाय स्वच्छ धुवून मी मंदिरात प्रवेश केला. बॅग कोपऱ्यात ठेऊन गाभाऱ्यात प्रवेश केला. देवाचे दर्शन घेऊन थोडा वेळ देवभू बाबांचे स्मरण केले.

बाहेर एक आजी माझ्याकडे पाहत म्हणाल्या, "काही खाणार का रे बाबा?" मी त्या आजीला कधी पाहिले नव्हते. ही आजी बहुधा मंदिराची देखरेख करणारी आजी असावी असा कयास लावून मी आजीला विचारले आजी इकडे पुन्हा कधी आल्या. आजीने सांगितलं 2 महिने झाले असतील. जेवण उरकून मी आजीकडून थोडी माहिती संकलन केली. थोडी विश्रांती घेऊन मी पर्वत माथ्यावर जाण्यासाठी निघालो. जाताजाता मध्ये ठेवलेल तंबूचे सामान बरोबर घेऊन सूर्यास्ता आधीच डोंगरमाथ्यावर पोहोचलो. अंधार होण्याआधी तंबू उभा केला. दगडी पाळण्यावर जाऊन विडिओ कॅमेरा ची व्यवस्थित बांधणी केली. प्रवासाचा थकवा आलेला. पोटभर खाऊन मी देवभू बाबांचं स्मरण केल.

वाऱ्याची झुळूक येत होती तसा खुळखुळ्यांचा अस्पष्ट आवाज ऐकू येत होता. मी तंबूमध्ये जाऊन डोळे बंद केले. दुसऱ्या दिवशी चैत्र शुक्ल प्रतिपदा म्हणजेच घटस्थापना होती. पूजेची आणि संदूक उघडण्याची उत्सुकता होती. त्यामुळे झोप काही लागली नाही. मोबाईल मध्ये अलार्म लावला होता.

पहाटे 4.45 ला उठून मी सकाळची आन्हिक आवरली. ब्रम्हमुहूर्तावर पूजेची तयारी करून मी संदूक उघडली. कॅमेरा चेक केला. रेकॉर्डिंग व्यवस्थित होईल याची खात्री केली. आल्हाददायक वातावरणात एक मोठं रहस्य उलगडण्यासाठी मी उत्सुक होतो. सूर्योदय झाल्याबरोबर मी श्रीगणेशा केला. महादेवाला साकडं घातलं की हे देवा मी ज्या कार्यासाठी आलो आहे ते निर्विघ्न पार पडू दे. देवभू बाबांचं स्मरण करून ताम्रपुस्तिकेला प्रणाम केला आणि पाहिला पान उघडला. सूर्याचे पहिले किरण पडताच ताम्रपुस्तिका प्रकाशमय झाली. पुस्तिकेवरील लिखाण स्पष्ट होऊ लागली. माझी शंका खरी ठरली. पुस्तिके मध्ये असलेली लिपी फारच विचित्र होती. संभ्रमात पडलो. परंतु वेळ वाया घालवायचा नव्हता. हळूहळू एक एक पान पलटून मी पाहू लागलो. रेकॉर्डिंग चालू होती. जवळपास 2106 पाने उलटून झाल्यावर पुस्तिकेची पाने संपली. पहिला प्रहर संपत आलेला. मी पुन्हा पहिल्या पानावर येऊन पाहू लागलो. पहिल्या प्रहराच्या अस्ताबरोबरच पुस्तिकेतील शब्द अस्पष्ट झाले. मी सर्व पाने उलटून पाहिली. ताम्रपत्र कोरे झालेले. पुस्तिकेच्या पाया पडून पुन्हा संदुकी मध्ये ठेवले. देवाचे स्मरण करून परतीच्या प्रवासाला लागलो.

- **पार्सल... एक रहस्य.... भाग ५**

दुपारच्या सुमारास मी पुन्हा मंदिरात आलो. आजीने थोडं खायला दिल. थोडा आराम करून मी घरचा रस्ता पकडला. संध्याकाळी घरी पोहोचल्यावर कॅमेरा मधील सर्व रेकॉर्डिंग लॅपटॉप आणि पेनड्राईव्ह मध्ये कॉपी केल. लॅपटॉप मध्ये प्रत्येक पानावर जाऊन video pause करून त्याचे screen shot घेऊन एक pdf format मध्ये पुस्तकं

बनवले.

रात्रभर अनेक लिपी शोधून झाल्या. मला हवी असलेली लिपी सापडत नव्हती. दुसऱ्या दिवसापासून पुन्हा ऑफिस ला जाऊ लागलो. परंतु कामामध्ये आता लक्ष लागतं नव्हत. संध्याकाळी घरी येऊन देवभू बाबाचे स्मरण करू लागलो. मन एकाग्र करण्यासाठी साधना चालू केली. अनेक दिवस जाऊनही मला काही त्या लिपीचा उलगडा होत नव्हता. पुरातत्व खात्या मध्ये मित्रामार्फत चौकशी केली. परंतु समाधान नाही मिळालं. असे 5 ते 6 महिने उलटून गेले होते. एके दिवशी मी खोलीमध्ये विचारात असताना, बाहेरून दुरूनच "अलख निरंजन " आवाज ऐकू आला. कुणीतरी भिक्षुक असावं म्हणून मी दुर्लक्ष केल. आता हळू हळू आवाज मोठ्याने येऊ लागला. सोबतच खुळखुळ्यांचा आवाजही येऊ लागला. मी घराबाहेर जाऊन पाहिलं. एक भगवे वस्त्रधारी, पांढरी दाढी, जटाधारी, एका खांद्याला शिदोरीची झोळी, उजव्या हातात कवंडलु आणि डाव्या हातात त्रिशूल डमरू नी त्याला बांधलेले खुळखुळे., कपाळावर भस्म, उंच धिप्पाड आणि तेजस्वी चेहऱ्याचे साधू समोर स्मितहास्य करत, माझ्याकडे पाहत होते. मी त्यांना प्रणाम करून वाटीभर तांदुळाची दिक्षा त्यांच्या झोळीमध्ये ओतली. साधूंनी माझ्या डोक्यावर हात ठेवला. आणि आशीर्वाद दिला. उजव्या हाताने दिशा दाखवून मला म्हणाले " मार्गस्थ हो, मोठी जबाबदारी पार पाडायची आहे".

त्यांच्या आवाजात गंभीरता होती. जाताजाता त्यांच्या पाठमोऱ्या आकृतीकडे मी पाहतच राहिलो. काही अंतरावर जाऊन साधू बुवा अदृश्य झाले. मी धावत पुढे जाऊन त्यांना शोधण्याचा प्रयत्न केला. दूरपर्यंत ते कोठेही दिसत नव्हते. खोलीमध्ये येऊन मी पुन्हा डोळे बंद करून देवभू बाबांचं स्मरण करू लागलो. डोळ्यासमोर एक तेजोमय गोळा दिसू लागला. काही क्षणातच एक तेजस्वी पुरुष प्रकट झाला. साधुबुवांचा चेहरा यांच्याशी जुळता होता. खुळखुळ्यांचा आवाज होऊ लागला. प्रकट झालेल्या त्या तेजस्वी पुरुषाने मला सांगितले. मार्गस्थ हो, देवच तुझ्याकडून एक अलौकिक कार्य करून घेत आहे. खुळखुळ्यांचा आवाजाबरोबरच ते तेजस्वी पुरुष प्रकाशाच्या आड अदृश्य झाले. एक

निरव शांतता पसरली. तसा मी जागा झालो. आजूबाजूला काहीच नव्हते. मी जे पाहिले ते सत्य होते की स्वप्न काहीच कळत नव्हते.

सर्व काही सोडून एक अनपेक्षित मार्ग पकडणे जिकिरीचे वाटत होते. पण कोणत्याच गोष्टीत मन रमत नव्हते. शेवटी घरच्यांसाठी एक चिट्ठी सोडून मी पहाटेच प्रवासाला लागलो. अनेक मंदिर, मठ पालथे घालत मी हिमालयाच्या पायथ्याशी पोहोचलो. कुठे जावं समजत नव्हते. दुरून कुणीतरी येताना दिसले. अंगावर जास्त कपडे नव्हते. एवढ्या थंडीमध्ये अश्या प्रकारे फिरणे म्हणजे आश्चर्यच. माझ्याजवळ आल्यावर त्यांनी मला त्यांच्याबरोबर यावं असं खुणावलं. मी त्यांच्या मागोमाग चालू लागलो. रात्री एका छोट्या मठामध्ये आम्ही थांबलो. हे साधुबुवा काही बोलत नव्हते. डोळे बंद करून ध्यानस्थ बसायचे. रात्री मिळेल ते खाऊन मी पुन्हा त्या साधुबुवांसमोर जाऊन बसलो. मला त्यांनी बोट दाखवत सांगितलं "या मार्गाने जा, पुढे तुला आणखी मार्गदर्शक मिळतील. आणि मनाची एकाग्रता साधनेने वाढव".

पहाटेच मला निघायचं होत. थोडं आराम करून साधूंनी सांगितलेल्या मार्गाने मी पुढे चालू लागलो. प्रवास, भयंकर थंडी, आणि भुकेमुळे मी खूप थकलो होतो. सोबतीला कुणीही नव्हते. विश्रांती साठी बसल्यावर ध्यान लावायचो. सकाळी उठल्यावर ध्यान, रात्री झोपताना ध्यान... मन एकाग्र झालं होत. प्रवासातील अनेक योगी महात्म्यांच्या सान्निध्यामुळे अध्यात्मिक गोडी रुजली होती. अनेक तार्किक विसंगतीचे गूढ उकलले होते. पुढचा प्रवास खडतर तर होताच शिवाय निर्जन ठिकाण होते. लोकवस्ती खूप मागे राहिली होती. योग साधनेच्या जोरावर भूक आणि शारीरिक थकव्यावर थोडाफार अंकुश ठेवता आला.

संध्याकाळ होत होती, अंधार पसरायला सुरुवात झाली... दूर एक डोंगरावर कुणीतरी बसलेलं दिसलं. पावले जोरात उचलत मी त्या ठिकाणी पोहोचलो. ते एक साधू होते. समाधिस्त बसले होते. मी दोन्ही हात जोडून त्यांच्या समोर उभा राहिलो. बराच वेळ तश्याच स्थितीत उभे राहिल्यावर साधूंनी डोळे उघडले. माझा प्रणाम स्वीकारून म्हणाले " ये... मी तुझीच वाट पाहत होतो... " साधू महाराज चालू लागले. तसा मी त्यांच्या मागोमाग चालू लागलो. खूप अंतर चालून गेल्यावर आम्ही

एका गुफेजवळ आलो. गुफेजवळ एक गरम पाण्याचे कुंड होते. साधू महाराजांनी मला अंघोळ करून येण्याची सूचना केली. त्याच बरोबर माझ्याकडील सर्व सामान जमा करण्याची देखील सूचना केली. अंघोळ केल्यामुळे शरीराचा थकवा पूर्ण निघून गेला होता. साधू महाराजांकडून अनेक अध्यात्मिक गोष्टी शिकायला मिळाल्या. तप साधनेचे महत्व त्यांनीच पटवून दिले. त्यांच्या सान्निध्यात राहून मी तप साधना करू लागलो. साधनेला बसण्या आधी त्यांच्याकडे असलेल्या तेलाने शरीराची मसाज केली जायची. हळू हळू साधनेमध्ये माझा बराच वेळ जाऊ लागला. एकदा साधनेला बसलो की 2 दिवस, 4 दिवस कसे जायचे समजत नसायचं. साधनेला बसल्यावर मला त्या संदुकीतील ताम्रपत्रांची आठवण होत असे. एक एक शब्द डोळ्यासमोरून जातं असे.

एके दिवशी साधू महाराजांनी मला बोलावून घेतले. त्यांना भेटून मी प्रणाम केला. साधू महाराजांनी मला आज्ञा केली... आज आपला हा शेवटचा मुक्कामाचा दिवस उद्या आपल्याला गुरुदेवांना भेटायचं आहे, पहिल्या प्रहरात आपण येथून निघू... मनात विचार करू लागलो, गुरुदेव कोण असतील, कुठे राहत असतील, काय सांगतील वगैरे... सकाळी लवकर उठून, जाण्यासाठी मी तयार झालो... साधुबुवा गुफेबाहेर आले.. गुफेकडे एक नजर टाकून मी साधुबुवांच्या मागोमाग चालू लागलो... दिवसभर प्रवास करून आम्ही हिमालयातील सर्वात उंच पर्वतावर पोहोचलो होतो... उंचावर पाहताना सर्वत्र बर्फाच्छादित डोंगर, धुके दिसत होते... किती नयनरम्य ठिकाण होते ते.... स्वर्गात आल्याचा आभास होत होता... पर्वतावरील एका दगडी शिळेवर कुणीतरी समाधिस्त बसले होते.... साधुबुवांनी मला दुरूनच सांगितलं... हेच आपलें गुरुदेव... आम्ही दोघांनी दोन्ही हात जोडत जवळ जाऊन प्रणाम केला.... गुरुदेवांचा चेहरा कधीतरी पाहिला असल्याचा भास होत होता.... गुरुदेवांनी डोळे उघडून एक कटाक्ष टाकला... डोक्यात वीज चमकावी तसा प्रकाश पडला.... अरेच्या हे तर तेच भिक्षुक जे अलख निरंजन म्हणत माझ्या घरी आले होते... आणि अदृश्य झाले होते...

गुरुदेवांनी मला आशीर्वाद देताना सांगू लागले.... तूला इथे माझ्याच इच्छेने आणल आहे... तुझ्या हातूनच एक अलौकिक कार्य घडणार

आहे आणि त्यासाठी यापुढे कठोर साधना करावी लागणार... गुरुदेव आत जाऊ लागले तसें मला इथवर घेऊन आलेले साधुबुवा माझ्या जवळ येऊन म्हणाले, माझे कार्य तुला इथवर पोहोचे पर्यंतच सीमित आहे... गुरुदेव म्हणजेच देवभू बाबा... परब्रम्हाचा अवतार... ते अजरामर आहेत.... आणि माझ्या माहितीप्रमाणे त्यांचं पृथ्वीवरील वास्तव्य 5000 हुन अधिक वर्ष्यांचे असावे... एकच वेळी ते अनेक ठिकाणी उपस्थित असतात.... ऐकून मी आश्चर्यचकित झालो होतो.... शेवटी देवभू बाबांचे दर्शन घडले होते....

साधुबुवांनी देवभू बाबांचा आणि माझा निरोप घेतला... आता मी देवभू बाबांच्या आज्ञेत राहणार होतो... गुफेच्या बाहेर एक छोटंसं रोपटं लावलं होत... हरिणीचे पाडस, गायीचे वासरू गुफेबाहेर बसून होते... गुफेत गेल्यावर आत कुठेही खाण्या पिण्याची व्यवस्था दिसली नाही... कित्येक दिवस साधनेतून शरीर बळकट झालेले होते... त्यामुळे थंडी, वारा, तहान, भूक, थकवा काहीच जाणवत नव्हते... देवभू बाबांनी मला बोलावून घेतले... कठोर साधनेत जाताना कोणकोणती काळजी घ्यावी लागेल याच मार्गदर्शन केल. दुसऱ्या दिवसापासून देवभू बाबांच्या सान्निध्यात साधना करू लागलो. साधनेला बसण्यापूर्वी एक विशिष्ट प्रकारचे द्रव्य शरीराला लावून मगच पुढे जायच. यामुळे कितीही वेळ साधनेला बसलो तरीही आपले शरीर कठीण होण्यापासून सुरक्षित राहायचे. हळू हळू साधनेची वेळ वाढू लागली. साधनेला बसल्यावर महिना कधी उलटायचा समजत नव्हते. या काळात एकाग्रता वाढली होती. इंद्रियांवर नियंत्रण मिळवले होते. पुस्तिकेतील एक एक ओळ डोळ्यासमोरून जातं होती. योग साधनेमुळे अनेक रहस्यांची उकल होत होती. आता वेळ आली होती कठोर साधनेची. देवभू बाबांनी मला बोलावून घेतलं आणि पुढील साधनेविषयी सांगितलं. पुढील साधना एकांतवासात, एकाग्रतेने करायची होती. साधनेचा हेतू त्या पुस्तिकेतील गूढ उकळण्यासाठी होती. साहजिकच प्रत्येक शब्दातील अर्थ समजून घेण्यात वेळ लागणार होता. कोणतेही विघ्न आले तरीही साधनेत खंड पडू द्यायचा नव्हता.

मी पूर्ण पणे तयार होतो. पहाटे उठून संपूर्ण शरीराला ते द्रव्य लावून मी देवभू बाबांबरोबर चालू लागलो. काही वेळातच एक छोटेखानी गुफेजवळ येऊन देवभू बाबांनी मला निर्देश दिले. मी साधनेच्या जागेवर काही मंत्र पुटपुटत पूजन केले. साधनेच्या स्थितीत बसून डोळे बंद केले. महादेवाचं आणि देवभू बाबांचे स्मरण करून ओम नमः शिवाय चा जप चालू केला. वेळ पुढे सरकू लागली तसें पुस्तिकेतील ओळी डोळ्यासमोर येऊ लागल्या, त्याचबरोबर डोळ्यासमोर अनेक गोष्टी दृश्यस्वरूपात घडू लागल्या. ब्रह्मांड निर्मिती, सृष्टी ची निर्मिती, जीवांची निर्मिती, त्यांची जडण घडण, त्यात करता येऊ शकणारे बदल, जीवांमध्ये असामान्य शक्ती निर्माण करणे, ग्रह ताऱ्यांची निर्मिती, सृष्टीतील बदल, समानानंतर ब्रह्मांड, दुसऱ्या ब्रह्मांडामध्ये जाण्यासाठी लागणारी क्लुप्ती, बहू आयाम, कोणत्याही काळात भ्रमण करता येऊ शकणारे विज्ञान, कल्पसृष्टी तुन खरी सृष्टी उभारणे, युगांतर, असे अनेक आधुनिक विज्ञानाला ज्ञात नसलेले अध्यात्माने उलगडता येणारे रहस्य उकलू लागले. मोठ्या कठोर उपासनेतून मी बाहेर पडलो.

भूदेव बाबांचे आशीर्वाद घेण्यासाठी पुन्हा त्यांच्या गुफेकडे रवाना झालो. गुफेच्या बाहेरील दृष्य बदललेलं स्वरूप पाहून आश्चर्य वाटले. बाहेर लावलेले रोपटे खूप मोठे वृक्ष बनले होते. हरिणीचे पाडस एक मोठे हरीण आणि गायीचे वासरू एक नंदी मध्ये बदलले होते. साधनेला किती काळ गेला या विचारात असताना भूदेव बाबा गुफेबाहेर आले. मला आशीर्वाद देत म्हणाले. तुझी साधना यशस्वी झाली. मी कुतूहलापोटी विचारलं, किती काळ गेला यात? भूदेव बाबा म्हणाले " एक तप " मी एक तप म्हणजे बारा वर्ष साधना पूर्ण केली होती. बाजूला असलेल्या कुंडामध्ये जाऊन माझे प्रतिबिंब पाहिले... दाढी वाढली होती, डोक्यावरील केसही विलक्षण वाढले होते, शरीर डौलदार, चेहरा तेजस्वी वाटत होता. भूदेव बाबांनी मला आदेश दिला.. आणि मी सृष्टीच्या आणि जीवांच्या सेवेसाठी पृथ्वी भ्रमण चालू केले......

देवभू बाबांच्या आज्ञा ने मी जिवकल्याण हेतू भारत भ्रमण करु लागलो. लोकांच्या समस्यांचे निराकरण करून लोकांमध्ये पर्यावरण आणि जीवश्रुष्टी यांविषयी जागरूकता आणू लागलो. अनेक लोक माझी

माहिती काढायचा प्रयत्न करायचे. हळू हळू लोकांनीच माझे स्वयंभू बाबा म्हणून नामकरण केले. लोकांना समाधानकारक उत्तरे आणि समस्यांवर समाधान मिळत गेल्याने, गावागावात आणि जण माणसात माझी कीर्ती पसरली होती. पृथ्वीवरील हवामान बदल आणि मानवनिर्मित समस्यांमुळे पुढे समूळ जिवसृष्टीवर येणाऱ्या संकटाची चाहूल मला लागली होती. त्या संकटावर मात करण्यासाठी एका निष्पाप परंतु दैवी शक्तियुक्त मनुष्याची निवड करून त्याच्याच हातून पुढील कार्य करून घ्यायची जबाबदारी देवभू बाबांनी मला सोपावली होती. परंतु ते कार्य त्या व्यक्तीकडून अजाणतेपणी करून घेण्याची सूचना देखील मला मिळाली होती.

तशी व्यक्ती शोधणे आणि त्याच्याकडून स्वयमस्फूर्तीने अजाणतेपणी ते कार्य करून घ्यायचे होते. साधानेच्या जोरावर त्या व्यक्तीचा ठाव मी घेतला होता. त्याला दैवी शक्ती प्रदान करण्याचे काम मला करायचे होते.

पुढे काय घडले ते आपण त्या व्यक्तीकडूनच ऐकू यात.....

2

अवकाश मानव

पार्सल ... एक रहस्य.... (खंड २)

- **अवकाश मानव... भाग १**

अवकाश.... दिवसा निळाशार असणार... रात्री मात्र चांदण्यांची चादर ओढावी तशी भासणारी... चमचम करणारी.... आकर्षित करणारी दुनिया...

आपल्या अवलोकनाच्या पलीकडे काहीतरी घडतंय याचा आपल्याला थांग सुद्धा नसतो... पण या अवकाशात किती गूढ रहस्य लपलेले आहेत... किती अजब गजब ब्रह्मांड पसरलेलं आहे... निसर्ग नियम आपण अवलोकन केलेल्या अथवा अनुभूत केलेल्या गोष्टींपासून किती वेगळा, किती अभूत, किती अनाकलनीय आहे याची आपण कल्पनाही करू शकणार नाही....

तसा मी लहानपणापासूनच अवकाश या विषयाच्या प्रेमात पडलेला... तासनतास अवकाश निरीक्षण करत राहायचं... तुटणारे तारे पाहून आनंद घ्यायचा... धूमकेतू चे निरीक्षण करायचे, शुक्र ग्रह, मंगळ ग्रह, चंद्र, लुकलुकणारे तारे, चांदण्या, नक्षत्र पाहत झोपी जायचं....

अनेक प्रश्न मनात यायचे हे ग्रह तारे वर अवकाशात कसे तरंगून राहत असतील?, दिवसा ते कुठे गायब होतात?, रात्री यांना प्रकाश कुठून

मिळतो?, तिथे कुणी राहत असेल का?, आपल्याला कोणी वरून पाहत असेल का?

हळू हळू या विषयाची गोडी वाढू लागली तस discovery channel पाहणं, अवकाश संशोधनाविषयी वाचन करण, चालू झालं... मग बऱ्याचदा अवकाश निरीक्षण करता करता terrece वरच झोपी जायचो... डोक्यात फक्त ग्रह तारे असल्याने स्वप्नात सुद्धा वेगळीच दुनिया अनुभवायचो....

दिवाळी नुकतीच संपून थंडी चालू झाली होती. रात्रीच जेवण आटोपून अंगणात शेकोटीचा बेत आखला होता.

घरातील मंडळी थोडा वेळ गप्पा मारून झोपायला गेले.... मी शेकोटी चा आनंद घेत अजूनही बसलोच होतो. जळण्याचा फ़रफ़र आवाज, मध्ये मध्ये कुत्र्यांचा भुंकण्याचा आवाज सर्व झोपी गेल्याची जाणीव करून देत होते... अध्ये मध्ये तुरळक गाड्यांचा आवाज, रेल्वेचा आवाज रात्रीची शांतता भंग करत होते. शेकोटीचा निखारा ऊब देत होता, त्याच्या बाजूलाच थोडे पाय पसरून डोक्याखाली हात ठेऊन मी अवकाश निरीक्षण करू लागलो... एव्हाना सर्वच lights बंद करून गाढ झोपी गेले होते...

आज अवकाश शांतच भासत होते, बराच वेळ जागूनही एकही उल्कापात पाहायला मिळाला नाही... मलाही आता झोप आली होती, शेकोटी विझवून मी आत जायला निघालो... दरवाज्याच्या बाहेरचा लोखंडी gate आडवा केला... त्याची कडी लावण्यासाठी थोडा पलटलो तोच अवकाशात एक प्रकाश दिसू लागला...

काही समजायच्या आतच तो हिरव्या रंगाचा उजेड काळोखात गडप झाला....

थोडा मागोवा घेण्यासाठी उभा राहिलो, पुन्हा एक उल्का प्रचंड वेगाने खाली येताना दिसली... काही क्षणात ति उल्का दूर असलेल्या नदीकाठावर पडताना दिसली... धडाम असा जोरात आवाज झाला आणि पुन्हा काळोख पसरला...

- **अवकाश मानव... भाग २**

ती रात्र तशीच विचारात गेली. घड्याळाचा गजर लावून पहाटेच नदीवर जाण्याचं ठरवलं... पहाटेचा गजर होताच मी धडपडत उठलो. सोबत mobile घेऊन, कुणालाही न सांगता मी हळुवारपणे नदीच्या दिशेने निघालो. आवाजाच्या दिशेने शोध घेऊ लागलो.

नदी लगत च्या मैदानात गवत झाडी झुडपे खूप होते. तरीही ठिकाण शोधण्यात अडचण येणार नव्हती. उल्कापाताच्या जागेवर मोठा खड्डा असणार होता किंवा गवत जळाल्याचे निशाण तरी असणारच होते.. बराच वेळ शोधूनही काहीच सुगावा लागतं नव्हता. एव्हाना सकाळची कोवळी सूर्यकिरणे धुक्याला बाजूला सारून मोहक बेधुंद गुलाबी थंडीत गरमीची ऊबदार चादर पसरवत होते. गाव जागे होत होते. तुरळक दुरूनच लोक, जनावरे नजरेत पडत होती. बरेच अंतरापर्यंत शोधूनही जागेचा मागोवा लागतं नव्हता. अखेरीस नदी काठाचा परिसर पिंजून काढण्यास सुरुवात केली.

धुक्यामुळे काही अंतरापलीकडे स्पष्ट काही दिसत नव्हते. नदीच्या पाण्यावर थंड वाफा मनमोहून टाकत होते.

मध्येच पाण्याच्या बुडबुड्यांचा आवाज ऐकू येत होता.

नदीच्या मध्यभागी असलेले कातळ साधारणपणे पाण्याखाली असतात. पाण्याची पातळी कमी झाल्यावरच ते दिसतात. काही दिवसांपासून पाण्याची पातळी कमी होती. पण धुक्यामुळे कातळ अस्पष्ट भासत होते. कातळावर कुणीतरी उभे असल्याचा आभास होत होता. एवढ्या सकाळी कुणीतरी मासे पकडण्यासाठी आले असावे असा अंदाज बांधून मी त्याच्याकडे निरखून पाहू लागलो.

ती पाठमोरी आकृती थोडी वेगळीच भासत होती. कोवळ्या उन्हामुळे धुके हळू हळू कमी होत होते. तसें चित्र स्पष्ट होऊ लागले.

काळ्या निळ्या रंगाची मानवी आकृती परंतु शरीर आणि रंग वेगळाच दिसत होता. त्या खडकांवर काहीतरी विचित्र वस्तू असल्याचा मला अंदाज आला होता. मी लपूनच थोडं लक्ष केंद्रित केल. सोबत दुर्बीण होती, त्यातून पाहू लागलो. त्या आकृतीची हालचाल दिसत होती. आकृती स्पष्ट होत होती. पाहून अंगावर काटा आला, सर्रर्रर कन वीज पडावी तसा समोर उजेड पडला. मी काहीतरी अद्भुत पाहत होतो. भलं

मोठं डोकं, डोक्याच्या सभोवताली कसलतरी आवरण, चार हात, 2 हातांना मध्ये शरीराला पडदा जोडल्यासारखे आवरण, पायाच्या बाजून्ना आयताकृती मध्ये खांबासारखे भक्कम पाय आणि मागे निमूलते शेपूट...

चेहरा मानवा सारखा असूनही थोडा विकृतच. नाक ठेंगणे नाममात्र, डोळ्यांचा रंग निळसर आणि चमकदार, शरीरावर वस्त्र नव्हतेच परंतु वेगळाच आवरण अथवा त्वचा असावी... ती आकृती पाहून मला भीती वाटू लागली. रात्री पाहिलेला उल्कापिंड पर ग्रहावरील प्राणी अथवा इतर काही असण्याची शक्यता वाटू लागली. मी मोबाईल च्या कॅमेरा मध्ये recording करण्याचा प्रयत्न करू लागलो, पण मोबाईल बंद पडला. नाईलाजाने मी निरीक्षण करू लागलो. आता तो प्राणी फक्त स्तब्ध बसला होता. पाण्याच्या आवाजाबरोबर काहींसी हालचाल होत होती. थोड्याच वेळात तो प्राणी दिसेनासा झाला.

- **अवकाश मानव... भाग ३**

बराच वेळ शोधूनही काहीच खुणा सापडल्या नाहीत. कंटाळून मी घरचा मार्ग धरला. मागे वळून पुन्हा पुन्हा नदीकडे मी पाहतच होतो. घरी येऊन अंघोळ आणि चहा नास्ता करून मी काही सामान बरोबर घेतला आणि पुन्हा नदीवर गेलो. रस्त्यात काही लोक परतताना दिसली. मला नदीत उतरू नकोस, पाणी खराब आलय, असं सूचित करून गेले. लगबगीने मी पुन्हा त्याच जागेवर येऊन बसलो. कॅमेरा चे सेटिंग करून recording on केल. दुर्बीण set केली. काही अंतरावर बरेच मासे पाण्यावर तरंगताना दिसले. मी अंदाज बांधला होता. त्या परग्रही प्राण्यामुळेच काहीतरी विपरीत घडतंय. सावाधगिरी बाळगत मी टेहळणी करू लागलो.

परी, जलपरी, aliens यांच्या दंतकथा ऐकल्या होत्या, परंतु अशी काही गोष्ट प्रत्यक्षात अस्तित्वात असेल आणि आपणांस अनुभवता येईल अशी कधी कल्पनाही नव्हती केली.

जसजसा वेळ जाऊ लागला तस तसें अनेक प्रश्न मनात येऊ लागले. हा प्राणी काय असेल, तो कुठून आला असेल, कश्यासाठी आला असेल, तो काय करेल. परंतु मनाची खात्री होई पर्यंत इतर कुणाला सांगणे चुकीचे ठरले असतें. मी पाहिलेला प्राणी नक्की काय आहे याचे वर्णन मला खात्रीशीर करता येत नव्हते, त्याचे पुरावे देखील माझ्याकडे नव्हते.

तो पूर्ण दिवस वाट पाहूनही पुन्हा या प्राण्याचे दर्शन घडले नाही. माझे कुतूहल मला स्वस्थ बसू देत नव्हते. दुसऱ्या दिवशी मी पुन्हा नदीवर जाऊन बसलो. अध्ये मध्ये मोबाईल बंद पडणे, पाण्यातून बुडबुड्यांचा आवाज येणे, कुठेतरी पाण्यावर मासे तरंगताना दिसणे अश्या घटना घडतच होत्या. तो अद्भुत प्राणी त्याच परिसरात असण्याची साक्ष या घटनाच देत होत्या. बरेच दिवस होऊनही कोणतीही वाईट घटना मात्र घडली नव्हती. एके दिवशी सकाळी काही स्त्रिया नदीवरून भूत भूत म्हणत पळत सुटल्या.... तशी नदीवर भूत पाहिल्याची बातमी वाऱ्यासारखी गावामध्ये पसरली. काहींनी भास झाला असेल असं समजून सोडून दिल तर कुणी भुताची भीती मनात ठेऊन नदीवर जाणे बंद केल.

हळू हळू नदीवर जाणाऱ्यांची संख्या फारच कमी झाली. मी पाहिलेला प्राणी, त्यालाच पाहून गावातील लोक भूत समजले असतील याची मला खात्री होती.

आज दिवसभर मला नदीवर जायला भेटलं नव्हत, त्यामुळे संध्याकाळी गुपचूप जाऊन नेहमीच्या जागेवर बसलो. नदीमध्ये शांतता होती. काळोख पसरला होता, पक्षांचा किलबिलात झाडावर विसावला होता. काळोख्या निखळ आकाशात चांदण्यांचा मोहक नजारा पसरला होता. दूरवर गावातील घरांच्या lights चमकत होत्या. वाऱ्याची संथ झुळूक अंगाला स्पर्श करत होती. मध्येच पाण्याचा जोरात आवाज झाला, आणि नदीतून काहीतरी बाहेर पडल्यासारखे भासले. नदीतून बाहेर पडलेली आकृती प्रचंड वेगाने झाडाच्या दिशेने गेली. त्या सरशी शांत वातावरनात पक्ष्याचा किलकिलाट सुरु झाला. पक्षी सैरभैर पळू लागले. काळोख्या रात्रीत स्पष्ट दिसत नव्हते परंतु एक भली मोठी मानवी आकृती हवेत उडताना भासत होती. थोड्याच वेळात ती आकृती

पुन्हा गायब झाली.

घरी येऊन मी अनेक संदर्भ शोधले. कुठेही अश्या प्रकारच्या प्राण्याचे वर्णन आले नव्हते. पर ग्रहावरील प्राणी बद्दल सुद्धा फारसी खात्रीलायक माहिती सापडत नव्हती.

- अवकाश मानव... भाग ४

गावांत भुताटकी विषयीच्या चर्चा रंगल्या होत्या. त्यातच कुणीतरी सांगितले की अमुक एका ठिकाणी देवभू बाबांचे शिष्य, स्वयंभू बाबा आले आहेत.... त्यांना सिद्धी लाभली आहे. गावकऱ्यांनी त्यांचे दर्शन घेऊन गाऱ्हाने मांडावे.... काही ठराविक लोकांनी पुढाकार घेऊन त्यांची भेट घेण्याचे निश्चित केले.

स्वयंभू बाबा... हो तेच ज्यांच्या बद्दल आपण या आधीही ऐकलं वाचलं आहे.

ज्यांनी ऐन तारुण्यात असताना मोठं तप करून संन्यासी जीवन स्वीकारलं...

त्यांच्या नावाची चर्चा सर्वत्रच होती. त्यांच्याबद्दलचा आदर लहानांपासून मोठ्यांपर्यंत सर्वांनाच होता. लोक त्यांना देवाचा अवतारच मानत. माझ्या मनातही त्यांच्या बद्दल आदराची भावना होती. तशी त्यांची कधी भेट झाली नव्हती.

त्यांचा प्रवास अखंड असायचा त्यामुळे एकदा एका ठिकाणावरून निघाल्यावर पुन्हा त्या ठिकाणी परत कधी येतील याचा काही नेम नसायचा. आणि तरीही सिद्धी च्या बळावर ते कुठे काय घडतयं हे अचूक सांगायचे आणि लोकांच्या समस्यांचे समाधान करायचे.

मी सुद्धा दर्शनाच्या निमित्ताने त्यांच्याबरोबर जाण्याच ठरवलं.

मजल दरमजल करत आम्ही स्वयंभू बाबांच्या वास्तव्याच्या ठिकाणी पोहोचलो. बाबा समाधिस्त होते. ते एकदा समाधिस्त बसले की तासन तास, कधी कित्येक दिवस त्याच अवस्थेत बसत असतं. बराच वेळ होऊनही बाबा त्यांच्या गुफेतून बाहेर येत नव्हते, त्यामुळे आलेल्यापैकी गावातील बरेच जण गावी परतले. माझ्याबरोबर निवडक

लोक होती 2 दिवसांनी ते सुद्धा माघारी परतले. मी स्वयंभू बाबांच्या समोरच्या बाजूला गुफेच्या दरवाज्याजवळ तळ ठोकून बसलो. जवळपास 10 दिवसांनी बाबांनी मला आत बोलावून घेतलं. त्यांची तेजस्वी मुद्रा, पिळदार आणि सुगंधी शरीर, महादेवासारख्या मोठ्या जटा पाहून त्यांच्या चेहऱ्यावरून माझी नजर हटत नव्हती.

बाबांसमोर लोटांगण घालून मी कश्यासाठी आलो आहे त्याच स्पष्टीकरण देऊन घडलेला सर्व प्रकार सांगू लागलो.

स्वयंभू बाबांनी सर्व ऐकल्यावर बोलू लागले...

ब्रह्मांड भौतिक शास्राच्या नियमांवर चालत नाही. ब्रह्मांड स्वतःचे नियम स्वतःच बनवते. काही गोष्टींच्या अस्तित्वाला पृथ्वीवर महत्व असेल तर ब्रह्मांडातील इतर ठिकाणी त्याच अस्तित्व, त्याची किंमत शून्य असतें.

बाबा सांगत होते. त्यांच्या मधुर वाणीने मी भारावलो होतो.

पृथ्वीवर हिऱ्यांना करोडोंचे मोल असतें, ब्रह्मांडामध्ये असे अनेक मोठमोठे हिऱ्यांचे ग्रह असूनही त्यांचं मोल शून्यसमान आहे. पृथ्वीवर पाण्यासाठी खूप काही कराव लागत, ब्रह्मांडात पाण्याचे भले मोठे महासागर असूनही त्यांचा उपयोग शून्य आहे. असे अनेक जीव आहेत जे भौगोलिक रासायनिक संयुगातून निर्माण होतात आणि लुप्त होतात. निर्माण होणे हे फक्त त्या संयुगांच्या प्रक्रियेचा भाग असतो. त्यातून तयार झालेल्या पदार्थांना, जीवांना संयुगाना कधी कधी काहीच मोल नसते.

त्यांचे अस्तित्व शून्य समान असतें.

तू पाहिलेला प्राणी हा अवकाश मानव आहे. पृथ्वीपासून दूर अब्जो मैलांवर वायूंचे स्तोत्र आहेत. ज्यांच्या संयुगातून असे प्राणी तयार होतात आणि लुप्त होतात. त्यांना ना कोणती संवेदना असतें, ना कोणती जाणीव. त्यांच्यातील रासायनिक प्रक्रियेमुळे त्यांच्यात अचाट अफाट शक्ती असतें, परंतु रासायनिक प्रक्रियेत कोणताही घटक कमी पडल्यास त्यांच्या त्या वातावरणातील संपर्क तुटून ते त्या वायुच्या फैलावातून बाहेर पडतात. जोपर्यंत शरीरात वायू आहेत तोपर्यंत त्यांचे अस्तित्व... त्यांच्यापासून कोणालाही इजा नाही. परंतु काही चुंबकीय

आणि विद्‌युत रासायनिक घटकांमुळे काही प्रमाणात त्रास होऊ शकतो. पण त्याच गोष्टींचा योग्य वापर केल्यास मानवी जीवन सुकर होण्यास मदतही होऊ शकते.. स्वयंभू बाबा सांगत होते..... हे अद्‌भुत, अविश्वसनीय, अकल्पित ऐकून मी अवाक झालो....

स्वयंभू बाबा बोलू लागले.... लोकांच्या मनात भीती आहे. भ्रमातून भीती निर्माण होते. भ्रम दूर झाल्यास भीती नाहीसी होईल...

माझ्या मनाचीही तसदी झाली होती. स्वयंभू बाबांचे शब्द मनात साठवून मी त्यांचा निरोप घेतला.

काही अकल्पनीय ऐकायला शिकायला मिळाले होते. घरी जाऊन थोडा आराम केला. गावातील काही लोकांनी मला विचारले, स्वयंभू बाबा भेटले का? काही म्हणाले का? मी फक्त एवढेच उत्तर दिले, भीती वाटण्यासारखं काही नाही. संकट दूर होईल, थोडे दिवस नदीवर जाणे टाळावे अथवा गेल्यास काळजी घ्यावी.

मी पुन्हा नदीवर जाऊन त्या अकल्पित प्राण्याचे दर्शन होण्याची वाट पाहू लागलो. मनात विचार येत होते, या प्राण्यापासून काय उपयोग होऊ शकेल... यामध्ये कोणते विद्‌युत रासायनिक घटक असतील जे सजीव मूर्ती घडवूनही जीवनचक्रपासून आणि निसर्ग नियमांपासून वेगळे आहेत. यासाठी मी पाण्यात मरून पडलेल्या माश्याचा अभ्यास करण्याचे ठरवले.... ठराविक दिवशीच आणि ठराविक प्रमाणातच मासे मरतात याचा अर्थ काहीतरी घटना अथवा प्रक्रिया झाल्यानंतरच मर्यादित प्रमाणात त्याचा वाईट परिणाम आढळून येत होता. माझे निरीक्षण मी चालूच ठेवले. कधी कधी नदीवर विचित्र आवाज येणे, वेगळेच गंध येणे, मध्येच प्रकाश दिसणे अश्या घटनाच्या नोंदी केल्या होत्या.

थोड्याच दिवसात असे प्रकार कमी झाले. अवकाश मानवाचे दर्शन दुर्लभ होते त्यामुळे पुन्हा एखादा कॅमेरा लावून ठेवायचा प्रयत्न केला. यावेळचा प्रयत्न यशस्वी झाला. कॅमेरा आणि मोबाईल बंद नाही पडला. परंतु कॅमेरा मध्ये record झालेला प्राणी मी पाहिलेल्या प्राण्यापेक्षा बराच लहान वाटत होता. मी निरीक्षणासाठी आणखी एक कॅमेरा आणि दुर्बीण घेऊन आलो. संध्याकाळ होई पर्यंत तुरळक नोंदीशिवाय काही

अनुभवलं नाही. अंधार होत होता. अचानक एक जोरात आवाज झाला, तसा पाण्यातून एक उजेड बाहेर पडला, चक्रवाताप्रमाणे पाण्यावर फिरून एका जागी स्थिरावला. हळू हळू त्यातून धुरकट वायू बाहेर पडू लागले. ठिणग्या उडू लागल्या. आणि बघता बघता तो अवकाश मानव हवेत विलीन झाला. काही क्षणातच त्याचे सर्व नोंदी असलेले कॅमेरा आणि मोबाईल चा ही स्फ़ोट झाला...

अवकाश मानव जाता जाता सर्वच घेऊन गेला. आता फक्त आठवणी उरल्या होत्या... मी मोठ्या खिन्न मनाणे घरी परतलो.... आणि अवकाश मानवाच्या विचारांत झोपी गेलो.........

- **अवकाश मानव... भाग ५**

घडलेल्या घटना डोळ्यासमोरून जातं होत्या. पहाटेची वेळ होती, अचानक मी उठलो, माझ्या हातांच्या तळ हातांवर वेगळ्याच खुणा उमटल्या होत्या. डोळ्यांवर थोडं पाणी मारून आरश्या समोर उभा राहिलो. आरश्यात पाहताच मी खडबडलो... माझे डोळे, माझे रूप, माझे शरीर काहीसे बदलल्यासारखे वाटत होते...

नदीवर अनुभवलेला गंध सारखाच जाणवत होता. शरीराला आतून चटके लागतं होते. पंखे lights वेगळ्याच ऊर्जेत प्रवाहित होत होते. मी डोळे बंद करून स्वयंभू बाबांचे स्मरण केले. हळू हळू शरीर थंड झालं. माझे डोळे, माझे शरीर पूर्ववत झाले. आणि मी शांत झोपी गेलो.

दुसऱ्या दिवसाची सकाळ माझ्यासाठी वेगळीच भासत होती. शरीरात थोडी ऊर्जा संचारली होती. वातावरणात रंग वेगळाच भासत होता. बाहेर धुके असूनही मला थंडी जाणवत नव्हती. मी तयार होऊन बाहेर फिरण्यासाठी निघालो. आज विचार केला चालतच जावं. तशी नेहमी गाडीची सवय असलेला मी आज प्रथमच चालत जाणार होतो. गावाच्या बाहेर एक छोटेखानी टेकडी आहे. टेकडीच्या बाजूला लागून एक मैदान आहे. गावातील मुले इथे क्रिकेट खेळण्यासाठी येतात. मी टेकडीवर जाऊन हवेशीर एका झाडाखाली सावलीत बसलो.

एवढ्या दुरून उंचावरून स्पष्ट दिसणं शक्य नव्हत, परंतु मला सर्व काही स्पष्ट दिसत होत. माझ्यात काहीतरी बदल झाला आहे, असे मला जाणवत होते. तसें मला क्रिकेट हा खेळ बिलकुलच आवडीचा नव्हता. मुलांना काही खेळाडू कमी पडत होते, त्यामुळे त्यांनी मला खेळण्यासाठी बोलावले. मला खेळता येत नव्हते हे त्यांनाही ठाऊक होते. त्यामुळे क्षेत्र रक्षणासाठी त्यांनी मला चेंडू जाणार नाही अश्या ठिकाणी उभे केले. खेळता खेळता संघातील एकाला थोडी दुखापत झाली त्यामुळे नाईलाजाने त्यास माझ्या जागेवर, आणि मला त्याच्या जागेवर पुढच्या बाजूस पाठवले.

बॅट्समन ने मारलेला चेंडू मी सहजा सहजी पकडत होतो. अवघड झेल घेऊन फलंदाजान्ना बाद करत होतो. माझी किमया पाहून सर्वच खुश होते. बॉलिंग ची संधी मला देण्यात आली. त्यामध्ये ही माझी कामगिरी पाहून सर्वच अवाक झाले. आता रोजच खेळण्यासाठी मला बोलावणे येऊ लागले. एरवी एकटा राहणारा मी, आता मित्रांच्या गर्दीत हरवलो होतो. दिवस असेच फार आनंदात जातं होते.

- **अवकाश मानव... भाग ६**

माझ्यातील बदल अचानक कसा घडला याचा विचार करत बसलो होतो. टिपूर चांदणे, बाहेर शांतता होती. मध्ये मध्ये कुत्र्यांच्या भुंकण्याचा आवाज येत होता. आकाशाकडे डोळे विस्फारून पाहत मी ते दिवस आठवत होतो. स्वयंभू बाबांनी सांगितलेले शब्द आठवत होतो. विद्युत रासायनिक घटकांचा वापर योग्य प्रकारे केल्यास काही चांगल करता येऊ शकत. वायुच्या स्रोत्रातून जन्मलेला सजीव पण संवेदनाहीन, शून्य जीवन, सर्व काही नवलंच, पण प्रत्यक्षात पाहिलेला...

अचानक शांततेत गोंधळ ऐकू येऊ लागला. लोक पळताना ओरडताना दिसू लागली. मी ही त्यांच्या बरोबर धावतच गेलो. गावात एका वाड्याला आग लागली होती. वाड्याच्या आवारात असलेल्या गवताच्या ढिगाऱ्या बरोबरच वाड्यातील लाकडी आणि कपड्यांनी साठवून ठेवलेल्या खोल्या आगीच्या भक्षस्थानी होत्या. आगीचा डोंब

पाहता, पाण्याने आग विझवता येणे अशक्य वाटत होते. आगीच्या ज्वाला लांबूनच चटके देत होते. कुणीही पुढे जायला धजावत नव्हता.

आतील बाजूस कोंडलेल्या जनावरांना सोडवणे गरजेचे होते. त्यांची तडफड आणि लोकांचा आक्रोश पाहून, न राहवून मी पुढे जाण्याचा निश्चय केला. स्वयंभू बाबांचे स्मरण करून थोडाही वेळ न दवडता मी स्वतःला झोकून दिले. आगीच्या लोळामध्ये मी दिसेनासा झालो. शरीराला गरम चटके लागताच मी हलका वाटू लागलो. शरीरात बदल झाला, आणि काही क्षणातच माझं शरीर एक वायुचे वर्तुळ बनले.

मी सर्व काही पाहू शकत होतो, जाणवू शकत होतो. वाऱ्याच्या वेगाने मी पुढे जातं होतो. आत शिरताच सर्व जणावरांच्या दोऱ्या डोळ्यांची पापणी लवेतो तोडून जणावरांना मोकळे केले. परंतु आगीच्या लोटात सैरभैर पळून ते आगीच्या भक्षस्थानी पडतील याची जाणीव होतीच, दुसऱ्याच क्षणी जोरात श्वास घेऊन मी आगीच्या दिशेने हात फैलावले. वर्तुळाचे आकृतीतून फैलावलेले हात आगीच्या चौफेर पसरले तसें आगीतील ज्वलन शील वायू वर्तुळात कैद झाले. जनावरे एका बाजूने बाहेर पडली. अजूनही वरच्या खोलीतील आग वाढतच होती. वरच्या खोलीत पोहोचून तिथेही मी हात फैलावून ज्वलन शील वायून्ना कैद केले. काही वेळातच आगीवर पूर्ण नियंत्रण मिळाले होते. या सर्व प्रकारात माझी दमछाक झाली होती. वाड्याच्या मागच्या बाजूने मोकळ्या मैदानात येऊन मी निपचित पडलो.

डोळे उघडले तेव्हा सूर्य उगवला होता. राखेचा वास हवेत पसरला होता. माझे शरीर पूर्ववत दिसत होते. येणारे जाणारे मला पाहून हसत होते. मी सुद्धा राखेमध्ये माखून गेलो होतो. मळकट शरीर, फाटके, जळालेले कपडे, काळा चेहरा, अस्तव्यस्त केस आणि मोकळ्या मैदानात झोपेतून उठून डोळे चोळत बसलेला मी....माझा अवतार आणि अवस्था पाहून मी च स्वतःवर हसत, लाजतच घरी आलो.

- अवकाश मानव...भाग ७

आदल्या रात्री काय घडले हे मला आठवत नव्हते. आग आपोआप कमी झाली अशी चर्चा सर्वत्र होती. मी रात्रभर कुठे होतो? मी आग पाहण्यासाठी पोहोचलो एवढंच आठवत होत, पुढे काय झालं, कुणालाही माहित नव्हतं.

सर्व काही विचार करण्यापलीकडचं होत ... पण तरीही माझ्यात काहीतरी वेगळाच बदल मला जाणवत होता.

उन्हाळ्याचे दिवस होते. गर्मीमुळे हैराण असायचो. गावातील बरेच जण नदीवर पोहण्यास जात असत. मी पण त्यांच्यासोबत जात असे. खोल पाण्याची भीती वाटायची, त्यामुळे काठावरच पाण्यात बसून थंड पाण्यात भिजण्याचा आनंद घ्यायचो. एक दिवस मित्रांनी पार्टी करायची ठरवली. सर्वजण जमले. जेवणासाठीचा सामान आणला. नदीच्या बाजूला झाडाच्या सावलीत दगडांचा चूला मांडला. सुकलेली लाकडे जमा करून चुला पेटवला. कांदा, लसूण, टोमॅटो, भाजी सर्व तयारी केली. जेवण बनवायला भांड्याला बाहेरून ओल्या मातीचा लेप दिला. मित्रांनी भात भाजी बनवायला घातली. भाजी शिजत होती. मित्रांचा एक घोळका बाजूलाच बिअर, ताडी, व्होडका, यांवर ताव मारत गप्पा ठोकत होते. एकंदरीत दिवस खूप हसून खेळून चालला होता. पिण्याचा कार्यक्रम आटपून मित्र नदीवर पोहायला गेले. आम्ही २ जण जेवणाच्या जागेवर थांबून बाकी सर्व जण नदीमध्ये मस्ती करत होते. मध्येच त्यांच्या हसण्या खिदळण्याचा आवाज येत होता. मी आणि माझा सोबती इतर सामान व्यवस्थित ठेऊन जेवण्यासाठी मित्रांची वाट पाहत बसलो होतो. तेवढ्यात मित्रांच्या ओरडण्याचा आवाज ऐकू येऊ लागला..." वाचवा... वाचवा..." मी आणि माझ्याबरोबरचा मित्र, आम्ही दोघेही नदीच्या दिशेने धावत सुटलो. नदीच्या मध्यभागी दोन मित्र पाण्यात डुंबत होते. इतर मित्र नशेत होते. आम्हा दोघांनाही पोहता येत नव्हते.

मित्रांना पाण्यात बेडताना पाहून मला राहवले नाही. स्वयंभू बाबांचा धावा करत मी पाण्यात उडी मारली. नदीच्या तळाला पाय लागताच माझ्या शरीरात बदल घडू लागला. थंड पाण्याचा स्पर्श गायब झाला. शरीर हलके होऊन पाण्याच्या अणूंमध्ये मिसळू लागले. पाण्यामध्ये गोल गर्ता तयार झाला. काही क्षणातच डुबणाऱ्या मित्रांपर्यंत मी

पोहोचलो. गर्ता गायब झाला होता. मी हात फैलावून मित्रांना अलगद उचलले, तसे दोघेही पाण्यावर तरंगू लागले. माझं अस्तित्व मात्र वायुरूप होऊन पाण्यात मिसळत होते. मी कुणालाही दिसत नव्हतो. डुबणाऱ्या मित्रांना दूर काठावर ठेऊन मी निश्चल पडलो. माझ्या मित्रांनी माझ्या बाजूला घोळका केला मी डोळे उघडताच मित्रांनी मला मिठी मारली. थोडं रिलॅक्स होऊन कपडे बदलून आम्ही जेवायला गेलो. माझ्या बरोबरचा सोबती सांगत होता, "आपण दोघे धावत गेलो, तू पाण्यात उडी मारली आणि तू पाण्यातच गायब झालास....पाण्यात गर्ता निर्माण झाला आणि लाटे सरशी हे बुडणारे दोघे काठावर फेकले गेले. तुला पाण्यातून काढले तर तू निश्चल पडला होतास." मी मनातल्या मनात स्वयंभू बाबांचे नामस्मरण करत, त्यांचे आभार मानले. घडलेला प्रकार घरी कुणालाही सांगू नये याची सर्वांनी खबरदारी घेऊन सर्वजण घरी परतलो.

- **अवकाश मानव...... भाग ८**

नदीवरच्या घटनेपासून सर्वच थोडे घाबरलेले होते. त्यामुळे कुणीही पूर्वीसारखे भेटत नव्हते. हळूहळू सर्वच जण कामधंद्यांमध्ये व्यस्त झालो. मी सुद्धा नोकरीच्या शोधात होतो. अनेक ठिकाणी ऑनलाईन resume पाठवले होते. एके दिवशी interview चा कॉल आला. मुंबईमध्ये एका नामांकित कंपनी मध्ये interview साठी जायचं होते. पहाटेची गाडी पकडून वेळेतच interview च्या ठिकाणी जाण्यासाठी निघालो. पावसाळा नुकताच चालू झाला होता. तुरळक पावसाच्या सरी हवेत गारवा पसरवत होत्या. नुकतच उगवलेलं गवत रेल्वे रुळांच्या दुतर्फी, डोंगरांवर हिरवी चादर पांघरून होते. CSTM स्टेशन ला पोहोचताच चहा, नाश्ता करून मी बस ने निघालो. रेल्वे आणि बस मधील गर्दीमुळे आधीच चिडचिड झालेली. परंतु मुंबईतील वातावरण, तिथली lifestyle, उंच इमारती, गाड्यांची रेलपेल पाहून मनात धडकी भरल्यासारखे झाले होते. बस मध्ये बसण्यासाठी जागा नव्हती, त्यामुळे मधल्या रांगेत उभा होतो. कंडक्टर आल्याबरोबर पॉकेट काढण्यासाठी हात खिश्याकडे नेला आणि दचकलोच. खिश्यातुन पॉकेट गायब होता.

खाली पडला कि काय पाहिलं. नाही सापडलं. कंडक्टर तिकीट साठी ओरडतच होता. माझ्याकडे पैसे नाहीत, पॉकेट पडला हे सांगितल्याबरोबर तो आणखीनच खेकसून बोलला. "असे फुकटे रोजच भेटतात, फुकटचा प्रवास करणारे". "चल उतर बसमधून, नाहीतर पोलिसात देईन" अशी दमदाटी केल्यावर सर्वजण माझ्याकडे पाहू लागले. मला लाजल्यासारखे झाले. मी कंडक्टर ला विनंती करत होतो, परंतु तो काही ऐकायला तयार नव्हता.

इतर प्रवासी माझी तारांबळ पाहून फक्त हसत होते. बस थांबली. मला बसमधून उतरवलं गेलं. माझी फार मोठी फजिती झाली होती. ना interview ला जाण्यासाठी पैसे, ना घरी परतण्यासाठी ... खूप मोठ्या विवंचनेत अडकलो होतो. मी सुन्न उभा होतो, मागून एक नाजूक आवाज ऐकू आला. "हॅलो मिस्टर, तुम्हाला कुठे जायचंय?" मी आवाजाच्या दिशेने मागे वळून पाहिलं. हिरव्या रंगाच्या पंजाबी ड्रेस मध्ये एक सुंदर तरुणी माझ्या दिशेने येताना दिसली. उंचापुरा बांधा, रंग गोरापान, कपड्यांची ठेव नीटनेटकी, चेहऱ्यावर स्मितहास्य.

मी त्या तरुणीकडे पाहताच राहिलो. एकदम अवाकSSS. ती तरुणी आता माझ्या समोरच उभी होती. तिने पुन्हा मला विचारलं," तुंम्हाला कुठे जायचं आहे" "मी तुमची काही मदत करू शकते का?" मी गडबडलो होतो. तोंडातून शब्द फुटत नव्हते. तरुणी बोलू लागली. "तुम्ही ज्या बसमधून उतरले, त्याच बसमध्ये मी मागच्या सीटवर बसले होते. बसमधील सर्व प्रकार मला ठाऊक आहे." मी थोडं घाबरतच तोंड उघडलं, बोलताना थोडा अडखळू लागलो. झालेल्या प्रकारातून सावरत होतो. त्या तरुणीने माझी परिस्थिती ओळखून मला "रिलॅक्स हो" म्हणाली. स्वतःची ओळख करून देत ती तरुणी म्हणाली " मी श्वेता" " तुमचं नाव काय?" मी थोडं लाजतच माझी ओळख करून दिली. नाव, गाव, शिक्षण, सर्व परिचय झाल्यावर मी थोडा रिलॅक्स झालो. मला इकडे येण्याचे कारण विचारले. मी कश्यासाठी आलोय, काय झालं हे सर्व सांगितल्यावर श्वेता ने टॅक्सी ला हात केला. आम्ही दोघेही टॅक्सी मध्ये बसलो. काही अंतरावर टॅक्सी थांबली. श्वेता म्हणाली "जा interview देउन ये." "ऑल दि बेस्ट" टॅक्सी चे भाडे श्वेतानेच दिले. मी थँक्स

म्हणून घाईघाईतच interview ला गेलो. Interview ला माझा बराच वेळ गेला. थोडा बारा थोडा वाईट interview दिला. "तुम्हाला कळवतो" असं सांगून interview घेणाऱ्याने मला जाण्यास सांगितले. ऑफिस च्या बाहेर आलो तेव्हा तिथे श्वेता दिसली. मला पाहून तिने "Hi" केले. मी लाजतच थोडं स्मितहास्य केलं. तिने विचारलं "interview कसा गेला", मी म्हणालो, ठीक गेला, कळवतो सांगितलंय.

मला भूक लागली होती. खिश्यात पैसे नव्हते. घरी जायलाही पैसे नव्हते. शिवाय सकाळीच टॅक्सी भाडे श्वेताने Pay केले होते. मी टेन्शन मध्ये होतो. श्वेताने मनोमनी माझी विवंचना ओळखली होती. तिने स्वतःच एका हॉटेल मध्ये जेवणासाठी नेलं. मी नकार देत राहिलो परंतु तिने जिद्द सोडली नाही. शेवटी नाइलाजाने मी तिच्यासोबत जेवण केले. तिच्या बोलण्यात वेगळीच गोडी होती. बोलके डोळे आणि त्यातही माझ्या संकटसमयी मला केलेली मदत मोठीच होती. जेवण आटोपून मी तिचा निरोप घेऊन निघणार होतो. थोडे अंतर पुढे आल्यावर श्वेताने पुन्हा आवाज दिला. माझ्या खिश्यात काही पैसे ठेवत ती म्हणाली "जाण्यासाठी तुझ्याकडे पैसे नाहीत, हे ठेव" मी तिचे आभार मानून निघालो.

प्रवासात श्वेताचेच विचार डोक्यात येत होते. घरी आल्यावर हि तिच्याच विचारात होतो. तिने केलेल्या मदतीची परतफेड कशी करणार हाच विचार मनात येत होता. काही दिवस गेले आणि त्या कंपनीमधून जॉब साठी selection झाल्याचा कॉल आला. मी आनंदात होतो. दोन दिवसांनी कामाला जॉईन व्हायचं होत. सर्व तयारी आटोपून मी आदल्या दिवशी लवकरच झोपी गेलो.

सकाळी लवकर उठून तयारी केली. देवाला नमस्कार करून मी निघालो. मनात उत्सुकता होती. पहिलाच जॉब. पण तेवढच दडपण देखील होत. रेल्वेचा प्रवास, बसचा प्रवास, धक्का बुक्की खात मी ऑफिस जवळ पोहोचलो. शर्ट इन केलेला एव्हाना बाहेर आला होता. केस विस्कटलेले होते.

पार्किंगमधील गाडीच्या आरश्यात केस सावरले. शर्ट कसाबसा आत खोचून मी ऑफिस मध्ये प्रवेश केला. जॉइनिंग च्या formalities पूर्ण

करून मी reception मध्ये बसलो होतो. थोड्या वेळाने receptionist ने मला आत बोलावल्याचे सांगितले.

"मे आय कम इन सर?" दरवाज्या knock करत मी आत जाण्याची परवानगी मागितली.

समोरून "एस प्लिज" असा नाजूक आवाज आला. आवाज ओळखीचा वाटला. समोरील खुर्चीत पाठ करून बसलेली व्यक्ती खुर्ची गोल फिरवून माझ्याकडे पाहत म्हणाली. मी त्यांच्याकडे पाहताच राहिलो. "श्वेता" श्वेता समोरून मला स्मित हास्य करत दोन पावले पुढे आली. मी स्तब्ध झालो. ज्यांनी मला interview च्या दिवशी मदत केली ती हीच व्यक्ती होती. मी हळूच आवाज दिला. "श्वेता.... "पुन्हा शब्द आवरत मी म्हणालो "श्वेता मॅडम तुम्ही?"...

• अवकाश मानव... भाग ९

श्वेता मॅडम च्या instructions प्रमाणे मला डेस्क allot झाला. पहिला दिवस डिपार्टमेंट मधील लोकांशी ओळख आणि जॉइनिंग formalities मधेच गेला. ऑफिस सुटल्यावर मी घरी जायला निघालो. बस ची वाट पाहताना माझी नजर श्वेता मॅडम कुठे दिसतात का याकडेच होती. बस आली परंतु मॅडम काही दिसल्या नाहीत. मी बस पकडून cstm स्टेशन ला उतरलो. पुन्हा ट्रेन पकडून घरी पोहोचलो. रात्र पूर्ण विचारातच गेली. असेच कामाचे काही दिवस शिकण्यामध्ये गेले. श्वेता मॅडम ची कॅबिन थोडी दूरच होती. आमचा संवादही फार तुरळक होत असे. पहिल्या पगाराचा दिवस आला. घरी जाताना पेढे घेऊन गेलो. दुसऱ्या दिवशी ऑफिस मध्ये सुद्धा पेढे आणले. श्वेता मॅडम च्या कॅबिनमध्ये जाऊन त्यांना धन्यवाद केले. त्यांनी केलेल्या मदतीविषयी बोलतानाच मी त्यांचे पैसेही देऊ केले. त्यांनी ते पैसे परत घेण्यास नकार दिला. कामाची चौकशी करून त्यांनी मला दुसऱ्या दिवशी प्रोजेक्ट दिला. प्रोजेक्ट चे काम मुंबई पासून दूर असलेल्या एका घनदाट अरण्याला लागून होते. काही निवडक स्टाफ च्या सोबतीला मी सुद्धा जाणार होतो. अर्थातच प्रोजेक्ट टीम श्वेता मॅडम online हॅन्डल करणार होत्या.

Site वर जाण्याआधी सर्व पॅकिंग करून सोबत दुर्बीण, कॅमेरा, घेतला. बरेच दिवस अवकाश निरीक्षणाचा योग्य आला नव्हता. प्रोजेक्ट च्या निमित्ताने मला ती संधी मिळणार होती. कंपनीच्या गाडीने आम्हाला Site असलेल्या माळरानावर सोडले. त्या आधीच तिथे तंबू उभारले होते. जेनेरेटर आणि Lights ची व्यवस्था सुद्धा केली होती. सामानाची व्यवस्था लावून आम्ही सर्व जण जेऊन थोडा वेळ आराम केला. आणि मग site च्या आजूबाजूचा परिसर पाहण्यासाठी निघालो.

3

काजवा

पार्सल ... एक रहस्य.... (खंड ३)

- काजवा... भाग १

अंधार पसरला होता... रातकीड्यांचा आवाज चौफेर येत होता. घनदाट अरण्यात मध्येच कोल्हेकुई होत होती. मध्येच कुठेतरी पानांची सळसळ अंगावर काटा आणत होती. झाड्यांच्या फांदयानमधून मध्येच कुठेतरी चांदण्या चमकताना दिसत होत्या... भुकेने व्याकुळ मी अरण्यात वाट हरवलो होतो. चालण्याचे त्राण आता पायात उरले नव्हते, पण भीती पोटी कुठेही थांबता येत नव्हते. मी वाट भेटेल तिकडे चालत होतो. दुरून पाण्याचा खळ खळ आवाज ऐकू येऊ लागला, तसा मी पावले झपाट्याने टाकू लागलो. झऱ्याजवळ जाऊन पोटभर पाणी पिऊन माझी तहान भूक पाण्यावरच भागवली. रातकीड्यांची किर्रर्र किर्रर्र आणि बेडकांचा डराव डराव आवाज वातावरणाची भयानकता आणखी वाढवत होते...

काही अंतरावर झाडाच्या शेंड्याजवळ काजवे चमकताना दिसले. एरव्ही आकर्षित करणारे चमचम काजवे आज मात्र मला पाहावेसे वाटत नव्हते. जंगल पार करून मनुष्य वस्ती पर्यंत पोहोचऱ्याची ओढ शांत बसू देत नव्हती. काय करावे, कोणत्या दिशेने जावे, भीतीमुळे डोकं

काम करत नव्हते, छातीत धडधड वाढतच होती. डोळ्यात पाणी तरळले होते, कंठ दाट भरून आला होता, जीव व्याकुळ झाला होता, अंगाचा थरकाप होत होता.... काजवे चमकत असलेल्या झाडाजवळ जाऊन मी एक काठी हातात तोडून घेतली... खिश्यात काही दगड गोटे भरून घेतले... शांततेला भंग करणाऱ्या प्रत्येक आवाजाचा मागोवा घेऊन पुढे पाऊल टाकत होतो...बरेच अंतर चालल्यावर एक गोष्ट ध्यानात आली, एकमात्र काजवा सातत्याने माझ्या बरोबरीने येत होता....

घरी असल्यावर रात्रीच्या वेळेस काजवे पाहण्याची अफाट गोडी होती. परंतु आज भेदरलेल्या अवस्थेत मला मात्र त्याकडे लक्ष देण्यास वेळच नव्हता. मी चालतच राहिलो. काही वेळाने, कोणत्या दिशेने जावे यात गोंधळलो. थांबलो. चोहीकडे नजर फिरवली. झाडांझूडपांशिवाय काहीच दिसत नव्हते. मध्येच हत्तीच्या चित्कारण्याचा आवाज अरण्यातील शांततेत दुमदुमत होता. दगड धोंडे, चढ उतार, काळोखात समजून येत नव्हते. त्यामुळे ठेचा लागून पाय रक्तबंबाळ झाले होते. दूर अंतरावर पुन्हा काजव्यांचा थवा चमकताना दिसला. मनात विचार आला, याच दिशेने जाऊन पाहावे. मी काजव्यांच्या दिशेने चालत राहिलो. बराच वेळ चालूनही काजवे तेवढ्याच दूर चमकत होते. मला आभास होत होता कि काजवे माझा खेळ पाहत होते? मी बुचकळ्यात पडलो. पण चालण्याशिवाय गत्यन्तर नव्हते.

अचानक पाय अडखळले, कश्यामध्ये गुंतले. मी कोसळलो. थोडा घरंगळत जाऊन एका झाडावर जाऊन आदळलो. स्वतःला सावरत मी उठलो. झाडाचा आधार घेत पलीकडे गेलो. डोळे दैदीप्यमान व्हावेत असं दृश्य समोर पाहत होतो. असंख्य काजव्यांचा समूह तेथे उडताना दिसत होते. त्यांच्या प्रकाशाने अंधाराचे सावट दूर झाले होते. काजव्यांच्या चमकण्याचा एवढा प्रकाश मी प्रथमच अनुभवत होतो. मी डोळे विस्फारून ते नयनरम्य दृश्य पाहतच राहिलो. मनातली भीती काहीशी दूर झाली होती. बराच वेळ मी तो अद्भुत नजारा पाहत राहिलो. त्या निमित्ताने का होईना, शरीराला थोडा आराम मिळाला होता... ज्या झाडा जवळ बसलो होतो, तेथे आजूबाजूला अनेक फळझाडे होती. काही फळे तोडून बरोबर ठेवली, काही खाऊन पोटाची भूक भागवली. हळू हळू मी

पुन्हा पुढे सरकू लागलो. काही अंतरावर काजव्यांची लुकलूक दिसेनासी झाली. पुढची वाट आणखी धोक्याची वाटत होती. डोंगरावरचे बुरुज, खोल दरी, भयानक अंधार, आणि झुडूपात काहीच दिसत नव्हते, त्यामुळे पुढे जाणेही जिकिरीचे होते.

थोडी हिम्मत करून मी एका दगडाचा आधार घेत थोडा विसावलो. काही कळायच्या आतच मी खोल खाली कोसळत असल्याचे जाणवू लागले. हात पाय शरीर हवेत तरंगत खाली जातं होते. सगळीकडे काळाकुट्ट अंधार होता, माझी किंकाळी माझा आरडा ओरडा कुठे लुप्त पावत होता. स्मशान शांतता, आणि सोबतीला कुणीच नाही, माझाच आवाज कंठातून आता फुटत नव्हता.... खूप वेगाने मी खाली जातच होतो...

- काजवा ... भाग २

सर्व काही संपलय हे मी जाणलं होत. जगण्याचा यत्किंचितही भरवसा उरला नव्हता. समोर फक्त काळोख, वाचण्यासाठी कोणतीच संधी नव्हती. आधीच भेदरलेला मी त्याच अवस्थेत डोळे घट्ट मिटले. आता जोरात कुठेतरी आदळणार हे निश्चित होत. पण बराचं वेळ होऊनही मी त्याच अवस्थेत होतो. खाली जाण्याचा वेग आता जाणवत नव्हता. मी डोळे उघडले. समोर फक्त काळोखचं काळोख...शरीराला कसलाही आधार नव्हता. परंतु तरीही मी अधांतरी तरंगलो होतो. किंबहुना भीतीमुळे मला कसली जाणीव राहिली नव्हती. हळुवारपणे खालून काजव्यांचा थवा चमचम करत वर येताना दिसला. त्याच्या अंधुक प्रकाशाने चित्र थोडं स्पष्ट होऊ लागलं होत. एका भल्या मोठ्या झाडाच्या फांदीवर मी अडकलो होतो. किंवा त्या झाडानेच मला त्याच्या कवेत अलगद झेललं होत.

एका हाताने झाडाच्या फांदीचा आधार घेत मी फांदीवर स्थिरावलो. फांद्यांमध्ये फसलेले कपडे सोडवून सुटकेचा श्वास घेतला. संकट एका पुढे एक ठाण मांडूनच होते. किती खोल दरीत कोसळलो? आणखी किती खोल दरी असेल? येथून बाहेर कस पडता येईल? या विचारांनी पुन्हा

डोकं चक्रावल. दिवसभराची दमछाक आणि भेदरलेली अवस्था तसेच गडद काळोखी रात्र यांमुळे पुढे जाण्याचे त्राण उरले नव्हते. झाडाच्या फांदीच्या बेचांगळी मध्ये, झाडाचा आधार घेत मी ती रात्र संपायची वाट पाहू लागलो. हळूहळू पक्ष्यांची किलबिल ऐकू येत होती. अंधार हळूहळू दूर होत होता, तशी झाडाझुडपांची, दरीची भयानकता अधिक स्पष्ट होत होती. दरी खोल असली तरीही दाट धुक्यामुळे निसर्ग जागे होताना पाहण्याचा अनुभव विस्मयकारी होता. जवळच्या फांद्या आणि दगड कपारीचा आधार घेत मी कसाबसा जमिनीच्या पृष्ठभागावर उतरलो. दोन्ही बाजूंनी उंच पर्वत आणि घनदाट जंगले यामुळे बाहेर पडण्याची वाट दृष्टिपथास येत नव्हती.

बाहेर पडण्यासाठी कोणतातरी एक मार्ग पकडून चालायच होतच. त्यामुळे झाडी थोडी कमी असलेल्या दिशेने मी चालू लागलो. मनात काजव्या विषयीचे विचार येत होते. अंधारात प्रकाश दाखवणारा एक छोटा कीटक. किती शिकण्यासारखे होते? आकाराने छोटा असूनही स्वयंप्रकाशित असलेला जीव, माझ्या संकटात मला मार्ग दाखवण्याचे, मला प्रेरणा देण्याचे काम करत होता. अनपेक्षितपणे का होईना, त्याने दाखवलेला प्रकाश मला पुढे नेत होता. मला जीवन देत होता. मला धीर देत होता.

जेमतेम १ वर्षाचा जीवनकाल असलेला आणि बहुतांश काळ अळी म्हणून व्यतीत करणारा कीटक जीवनाच्या शेवटच्या काळात पंखांद्वारे उडणारा आणि काळोखात पृथ्वीवर चमकणारा छोटा तारा.

काय करत असेल? कुठे राहत असेल हा प्राणी? अनेक प्रश्न मनात येत होते. माझ्या संकट काळात प्रकाशाचा किरण म्हणून समोर आला. चालता चालता थबकलो. आजूबाजूचा परिसर काहीसा वेगळाच भासत होता. झाडांच्या खोडांमध्ये, दगडांच्या कपारीमध्ये अनेक कीटक, अळी आत जाताना दिसत होत्या. निरीक्षण अंती कळलं, काजव्यांचा इथे अधिवास आहे. बऱ्याच ठिकाणी पाण्याचे छोटे छोटे साठे होते. गोगल गायी, छोटे छोटे कीटक, गारवा, सावली, झाडांची पाने हे सर्व काजव्याच्या वाढीसाठीं पोषक वातावरण आणि मुबलक खाद्य असल्याचं द्योतक होत. पावले जपून टाकत मी पुढे सरकू लागलो.

झाडाझुडपातून वाट काढता काढता मोठ्या खडकाजवळ आलो. खडकाच्या खाली दगड ठेऊन खडकावर जाण्याचा प्रयत्न करू लागलो. जेणेकरून उंचावरून बाहेर पडण्याचा रस्ता शोधता येईल. दोन दगडी रचून त्यावर पाय देऊन चढू लागलो, तोच पायाखालची माती खचली. मी खाली पडलो. जमिनीखाली पोकळ जागा होती, त्यात जाऊन फसलो.

बाहेरून साधारण वाटणार खडक आतून मात्र पोकळच होता. भल्या मोठ्या गुहेप्रमाणे ती जागा भासत होती. अनेक अळ्या आणि कीटक भिंतींना चिकटून बसले होते. जून महिन्यानंतर गायब होणारे काजवे कदाचित अश्याच प्रकारचा आसरा शोधून तेथे निवारा बनवत असतील. दिवसा शोधूनही न सापडणारे काजवे या काळोख्या जागेत मात्र अधून मधून चमकत होते. माझ्या धडपडण्यामुळे त्यांच्यात काहीसा गोंधळ निर्माण झाला होता. अनेक काजवे उडून माझ्या हात-पायांवर, अंगावर येऊन बसले. त्यांच्या अश्या वर्तनाने माझ्या अंगावर काटा येत होता., गुदगुल्या होत होत्या. मी हात फैलावले तस शरीर हलके होऊन फैलावु लागलो. क्षणामध्ये पूर्ण गुहेमध्ये मी वायुरूप होऊन पसरलो. काजव्यांनी दिलेल्या जीवनदानाचे बक्षीस म्हणून काजव्यांना नवी चमक देऊन मी तेथून निघालो. हवेत सामील होऊन जंगलाचा मागोवा घेतला. अरण्यात लागलेल्या आगीच्या तांडवाला शांत केले. पावसाचा वर्षाव करून तिथल्या जीवांना जीवदान दिले. बरसणाऱ्या सरींबरोबर पुन्हा खाली आलो. डोळे उघडले तेव्हा एका खडकालगत चिंब भिजून पडलो होतो. स्वयंभू बाबांच्या बोलण्याचा अर्थ आता उलगडला होता." प्रश्नाचे उत्तर हेच रात्रीच्या अंधारात चमकणारे तेज असते, काळ्याकुट्ट अंधारावर मात करून वाट दाखवणारे शस्त्र असते".

अंधारात चमकणारे तेज म्हणजेच काजवा होता. हे समजले, परंतु काळ्याकुट्ट अंधारावर मात करून वाट दाखवणारे शस्त्र कोणते होते ते मात्र काही केल्या समजेना. माझ्या शरीरातून वेगळाच रंग पाण्यामध्ये सामावून वाहत होता. अरण्यातील मातीसंगे फुल वेलीत जात होता. पाऊस थांबल्याबरोबर हवेत मोहक गंध पसरला. अरण्यातील झाडे वेळी प्रकाशमान होऊन माझ्यासंगे हसत होते.... विझवलेल्या आगीसाठी अबोल प्रतिसाद देत होते.

- काजवा ... भाग 3

वातावरण, वृक्ष, दगड-धोंडे, मला आता खूपच मोठे जाणवू लागले होते. मला चालता येणे शक्य होत नव्हते. साधारण हिरवी गार भासणारी झाडेझुडपे वेगळ्याच रंगाची जाणवत होती. झाडांची पाने, खोडे अचानकपणे अवाढव मोठे आणि उंचच उंच दिसू लागले होते. मला हातांचा स्पर्श जाणवत नव्हता. खाली पाहता येत नव्हते. भेदरलेल्या अवस्थेत मी पुढे जाण्यासाठी रांगू लागलो. भलेमोठे कीटक, मुंग्या मला लांबूनच दिसत होते. मी एका वेगळ्याच दुनियेत आलोय किंबा सूक्ष्म स्वरूपात परावर्तित झालोय याची मला खात्री होत नव्हती. रांगतच मी एका भल्या मोठ्या दगडाखाली जाऊन बसलो. कसलाही धोका नाही याची खात्री करुन काही खायला मिळेल का याचा शोध घेऊ लागलो.

भुकेने व्याकुळ मी रांगतच फिरत होतो. अनेक अवाढवी प्राणी दुरूनच येण्याची चाहूल लागत होती, तसा मी दगड-धोंड्यांचा. पाला पाचोळ्याचा आसरा घेऊन लपत होतो. वेळ खूपच हळू हळू सरत होती. अंधार वाटू लागला तसा कर्कश आवाज वाढू लागले. भयावह परिस्थितीत चालता न येण्याच्या व भुकेलेल्या अवस्थेत मी निपचित पडून होतो. डोळे बंद करून स्वयंभू बाबांचे स्मरण चालू केले. काहीतरी घोंघावण्याचा आवाज कानापर्यंत येऊ लागला. डोळे उघडून पाहिले तर काजव्यांचा चमचम करणारा भलामोठा थवा माझ्यासमोर लुकलुकत होता. एवढे मोठे अवाढवी काजवे प्रथमच पाहत होतो. मला अलगद उचलून काजव्यांचा थवा उडू लागला. काजव्यांच्या मंद उजेडात चमचम करताना एक वेगळाच प्रकाश त्याच्यासोबत मला घेऊन जात होता. मी ओरडण्याचा प्रयत्न करूनही आवाज बाहेर निघत नव्हता. थोड्याच वेळात काजव्यांचा थवा एका नदीच्या प्रवाहावरून जात असताना पाण्यामध्ये प्रतिबिंब दिसले आणि झटकाच लागला. चक्रावून गेलो. काय पाहतोय मी? पाण्यामध्ये काजवा एक कृमी सदृश कीटक पायामधे पकडून उडताना दिसत आहे. मी आत्तापर्यंत रांगत होतो, मला हातांची जाणीव होत नव्हती, आवाज फुटत नव्हता, म्हणजे मी एका कृमींमध्ये परावर्तित झालो होतो. कस शक्य आहे? माझा माझ्या डोळ्यांवर

विश्वास बसत नव्हता. तरीही जे घडत होते ते अनाकलनीय होते. मी कुठे जातोय? माझं काय होणार या संभ्रमात असतानाच काजव्याने मला खाली सोडलं. काय होतंय काही कळायच्या आत मी दाट धुक्यातून खाली कोसळत एका झाडावर जाऊन अडकलो. भल्या मोठ्या झाडाची, भली मोठी पाने, फांद्यांना खाली लोम्बणारे चमकदार फळे. त्यांचा मोहक सुगंध सर्वत्र पसरला होता. पोटाची भूक भागवून मी हळू हळू झाडाची पाने कुरतडू लागलो. बराच वेळ असाच व्यतीत केल्यावर खाली नजर गेली. पानांचा बराच खच खाली पडला होता. अनेक कीटक या पानांना खात होते. काही पाने पाण्याच्या प्रवाहात वाहून जात होती. हळूहळू ते कीटक झाडावर येऊ लागले. मी घाबरलो होतो. नकळतपणे तोडलेल्या पानांची चव कीटकांना लागली होती. मी बचावात्मक जागा शोधून लपून राहिलो. असे कित्येक दिवस गेले. कीटक आता स्वतःहून झाडावर येत असत. काहींनी झाडावरच आपले बस्थान बसवले. इतर काहीही त्रास न देता पाने आणि फळे खात ते बसायचे. काही दिवसातच कीटकांच्या शरीरात अफाट बदल जाणवू लागला. फळे खाऊन त्यांच्या बिया पाण्यात वाहून इतरत्र पसरल्या होत्या. हळूहळू त्या बियांचे रोपटे झाले. आणि बघता बघता त्यांचे हजारो झाडे तयार झाली. पाण्यात मातीत मिसळल्यामुळे जे जे सजीव त्यांचे सेवन करायचे त्यांच्यात आमूलाग्र बदल जाणवू लागले होते. परंतु मी माझ्या अवस्थेला कंटाळलो होतो. स्वयंभू बाबांचं स्मरण करून त्यांना विनवणी केली. वादळाची चाहूल होऊ लागली. बघता बघता एक चक्रवात माझ्यापर्यंत पोहोचला. चुटकीसरशी मी त्यात गोल गोल फिरू लागलो आणि क्षणातच उंच हवेत फेकलो गेलो. गोल गोल फिरून ग्लानी येऊन मी निपचित पडलो. डोळे उघडले तेव्हा एका मोकळ्या पठारावर साधारण अवस्थेत स्वतःला पाहिलं. माझे हात-पाय शाबीत होते. मला भयानक स्वप्न पडल्याचा भास होत होता. त्यातून सावरतो ना सावरतो मी भानावर आलो. मी कुठे आलोय याची काहीच कल्पना नव्हती. जवळपास कोठेही रस्ते, ईमारती दिसत नव्हत्या. भले मोठे वृक्ष चौफेर दिसत होते. पठाराच्या एका बाजूला खोल दारी होती. त्यामध्ये पसरलेल्या जंगलातून कर्णकर्कश्य आवाज घुमत होते. दुरूनच भले मोठे

प्राणी दिसत होते. मला समजायला वेळ लागत होता. मी कदाचित समययात्रा करून हजारो वर्षे मागे आलो होतो किंवा मला वाटलेलं स्वप्न खरे असून मी समय-यात्रेने हजारो वर्षे पुढे गेलो होतो. एवढे अजस्त्र प्राणी भूतलावर याआधी कधीही पहिले ऐकले नव्हते. शेवटी स्वयंभू बाबांचे शब्द आठवले. "निसर्ग पर्यायवादी असतो." "सजीवांनासुद्धा पर्यायवाद निसर्गाने जन्मताच दिलेला आहे. एखाद्या गोष्टीची वानवा असेल तर निसर्गचं त्याला पर्याय शोधून देत असतो. आणि अश्यावेळी सजीव निमित्तमात्र ठरतो. "

दिवस सरत आला होता. मी स्वतःच स्वतःची वाट तयार करून चालू लागलो. रात्र होत होती. एका झाडाखाली आसरा घेऊन विसावलो. डोळे बंद करून काजव्यांना आवाहन केलं, एका वेगळ्या जगाची सैर त्यांनी करवली होती. डोळे बंद करून स्मित हास्य करत असतानाच झाडाचे पान माझ्या छातीवर पडले. मी दचकून उठलो. संपूर्ण वृक्ष काजव्यांनि बहरला होता. त्यांच्या रोषणाईने पूर्ण परिसर चमकून निघाला होता. ती पूर्ण रात्र सरेपर्यंत मी काजव्यांच्या सहवासात घालवला. मनोमन त्यांचे आभार मानून सकाळी पुन्हा प्रवासाला लागलो.

- **पुनरुत्थान... भाग ४**

स्वयंभू बाबांनी, देवभू बाबांनी दिलेल्या कर्तव्याला पूर्ण केलं होत. एका सर्व साधारण व्यक्तीला अवकाश मानवाच्या मार्फत अलौकिक शक्ती देऊन काजव्यांच्या मदतीने सजीवांच्या पुनरुत्थानाचे काम समय यात्रेतून करवून घेतलं होत.

हजारो वर्षांच्या कालावधीत आणखी काय घडलं असेल?

ब्रह्मांड गोल आहे, आणि त्याची गती सुद्धा गोल. सजीव जन्मतात, प्रगती करतात आणि लोप पावतात. पुन्हा नवे सजीव जन्म घेतात. पृथ्वी, ब्रह्मांड पुन्हा पुन्हा कात टाकते. सजीव प्रगती करतात, आपली संख्या वाढवतात आणि तीच प्रगती, तीच संख्या त्याच्या अधोगतीला कारणीभूत ठरते. अनेक समस्या रोगराई, उपासमार उद्‌भवतात. ऱ्हासाला सुरुवात होते आणि शिल्लक राहतात अत्यल्प

सजीव. इथे निसर्गाचा पर्यायवाद उपयोगात येतो. जीवनावश्यक सर्वच बाबतीत निसर्ग सजीवांना पर्याय उपलब्ध करून देतो. आणि याच पर्यायवादातून जन्म घेतात नवे सजीव. नवे सजीव आपली स्वतःची ओळख, स्वतःचे अस्तित्व तयार करते, प्रगती करते आणि अल्पसंख्येत आलेले सजीव नामशेष होतात.

मानव निर्मिती सुद्धा याच पर्यायवादातून झाली असावी यात शंका नसावी.

पृथ्वीवरील वातावरण सुरुवातीच्या काळात एवढे पोषक होते, त्यामुळेच अवाढवी प्राणी जन्माला येत असत. वातावरणातील घटक जसजसे कमी होत गेले, प्राण्यांचे आकारमान संपुष्टात येऊ लागले. गणतीत असणारे प्राणी संपले. मनुष्याच्या लोकसंख्येचा उद्रेक झाला. औद्योगिक प्रगतीने पर्यावरणाचा समतोल ढासळला, नवनव्या रोगांची उत्पत्ती होऊ लागली आणि हळूहळू पृथ्वीवर अधिक संख्येने सर्व गोष्टींवर प्रभुत्व असलेला मानव प्राणी हतबल झाला. लोकसंख्या कमी होता होता संपली.

आता इथे पुन्हा निसर्गाच गतीचक्र चालू होणार होत. सिमेंटचे जंगल, रस्ते, मोठमोठ्या ईमारती आणि घरे, ऊन वारा आणि पाऊस यांच्या माऱ्यापुढे काही वर्ष्यांतच जमीनदोस्त झाले. जंगलांनी कात टाकली. वाढणाऱ्या जंगलांमुळे हळूहळू पृथ्वीचे वातावरण पुन्हा पूर्ववत होऊ लागले. सजीवांच्या वाढीसाठी पोषक वातावरण तयार झाले. काही शेकडो वर्षांत मानवाच्या हजारो वर्षांच्या संस्कृतीचे पुरावे नष्ट झाले, मातीत मिसळले. उरलेल्या सजीवांची उत्क्रांती होऊ लागली. नवे सजीव निर्माण होऊ लागले. वाढीस पोषक वातावरणात पुन्हा नव्याने हजारो सजीव अवाढवी वाढू लागले. या दरम्यानच्या काळात अवकाशातून येणाऱ्या उल्कापिंडांमुळे देखील पृथ्वीवरील वातावरणात अनेक घटक वाढविण्यास हातभार लागला.

हिरव्यागार सृष्टीमध्ये आता पूर्वीसारखा कोणत्याही सजीवांचा हस्तक्षेप नव्हता. नद्या, महासागर खळाळून वाहत होते. निखळ पाणी सजीवांचे अमृतसमान पोषण करत होते. पुन्हा एकदा सृष्टीला मोहोर आला होता. अवघी धरणी हिरवीगार होऊन हर्षाने डोलत होती.

तिकडे आपल्याच आकाशगंगेतील काही ग्रहांवर सजीवसृष्टी प्रगतीपथावर होती. पृथ्वीवरील मानवी अडथळा दूर झाल्याची खात्री झाल्याने त्यांचा पृथ्वीवरील संचार वाढला होता. काही ठराविक ठिकाणी संशोधन तळ उभारून पृथ्वीवरील वातावरण, सजीवसृष्टी आणि खनिजांचा ते अभ्यास करू लागले होते. त्याच जोडीला समांतर ब्रह्मांडामध्ये याच प्रकारे घटना घडत होत्या. बहू-आयामांतील वेगवेगळे घटक पृथ्वीवर आपापले अस्तित्व कायम करण्यासाठी धडपडत होते. याच रांगेमध्ये परी, जलपरी, परग्रही आणि देवी-देवताही होतेच. मानवी वा तांत्रिक धोका समूळ नष्ट झाल्यापासून त्यांनाही पृथ्वी स्वर्गसमान भासत होती. तसेच परग्रहवासीयांना पृथ्वी हा नेहमीचा आकर्षणाचा ग्रह असल्याने विविध ब्रह्मांडातून परग्रही येथे येण्यास उत्सुक होते. वेगवेगळ्या ग्रहांवरील परग्रही अधूनमधून येथील साधनसंपत्ती लुटण्यास येऊ लागले होते. पृथ्वीवरील पाप-पुण्याचा खेळ संपला असला तरीही वरील सर्वांनी आपले अस्तित्व जपण्यास सुरुवात केली होती. या सर्व जादुई शक्तियुक्त घटकांच्या वावरामुळे पृथ्वीवर काही विपरीत घटना घडण्याची चाहूल लागल्यामुळेच देवी-देवतांनी देखील आपले वास्तव्य पृथ्वीवर वसवले होते.

सर्व काही मजेशीर आनंदात चालू असतानाच घड्याळाचा गजर झाला. डोळे उघडले तेव्हा अंथरुणात होतो. मित्रांचे फोन येऊ लागले होते. घाईघाईत आवरून भावाकडून बुलेटची चावी घेतली. पहाटेच्या अंधारात मी निघालो. उगवतीचा गारवा, पक्ष्यांचा किलकिलाट, लालसर ढगांना फुटणारी पालवी, आणि काळोखातून निघणारे सूर्याचे पहिले लालबुंद दर्शन, खूप मोहक, उल्हासित वातावरणात मी अंबरनाथ स्टेशनला पोहोचलो. सर्व मित्र मैत्रिणी स्टेशनवर माझी वाट पाहत थांबले होते. पुढची ट्रेन पकडली. श्वेता समोरच बसली होती. माझ्याकडे पाहून स्मितहास्य केलं. तेवढ्यात मागून गाण्याचा आवाज ऐकू येऊ लागला. ....

350 वर्षे परकीयांच्या गुलामगिरीत खितपत पडलेला आपला देश, अमानुष वार झेलत संस्कृती आणि धर्माची पडझड झेलत गर्द काळोखात लुप्त पावण्याच्या घटका मोजत होता... गरज होती

प्रकाशाची, या अंधःकारातून मार्ग दाखवण्याची, धर्माची पताका फडकवण्याची, माणुसकी धर्म शिकवण्याची.... आणि तो दिवस उजाडला....

सूर्य उगवला, प्रकाश पडला, घडले स्वराज्य...
घडविले स्वराज्य तयाला माझा नमस्कार...
इटुकली पिटुकली पोर जमली...
खेळाखेळात पण ठरला...
रक्त अर्पवून महादेवाला नवस केला...!2!
जमता जमता जमले, त्यांसी मावळे म्हणत्यात...
मावळे म्हणत्यात, तयांना माझा नमस्कार!2!
सूर्य उगवला, प्रकाश पडला....!1!
स्वराज्याचा गृह प्रवेश ठरला...
दाराला तोरण बांधायला पाहिजे कि नको?
हो... हो... बांधायला पाहिजे...
तोरणा जिंकून, स्वराज्याच्या प्रवेश द्वाराला तोरण बांधला...
थाप पाठीवर शिवबाची अन मावळे तय्यार...
मावळे तय्यार तयांना माझा नमस्कार...!2!
सूर्य उगवला, प्रकाश पडला.....!1!
पन्हाळा ला वेढा पडला...
सुटकेचा मार्ग नव्हता...

धो धो पावसात, धबधब्यातून, रानावनातून भोयांनी 2 पालख्या पळवल्या...

राजे सुटले, बाकी मिटले, स्वराज्यास तारले...
स्वराज्यास तारले तयांना माझा नमस्कार...!2!
सूर्य उगवला, प्रकाश पडला....!1!
पावनखिंडित शत्रूसैन्याला रोखून धरणे हा एकच पर्याय होता.

लाख मोलाचा पोशिंदा जगला पाहिजे हा एकच ध्यास घेऊन 300 मावळ्यांनी घोडखिंडीत सिद्धी जोहर ची हजारो ची फौंज अडवून धरली...

तोफ कडाडली, बाजी मारली, रक्ताने नाहले...

रक्ताने नाहले तयांना माझा नमस्कार...!2!

सूर्य उगवला, प्रकाश पडला...!1!

लाखोंची फौंज घेऊन शाहिस्तेखान आला.

पूर्ण पुणे भागात सैन्याचा पहारा बसवून लाल महालात ठाण मांडून बसला...

मोजकेच माणस घेऊन राजे या शत्रू सैन्याच्या जंगलात घुसले अन शाहिस्तेखानाची बोटें छाटली...

मुंगी हसली, हत्ती रुसला...कसली मोजदाद...

कसली मोजदाद, तयांना माझा नमस्कार...!2!

सूर्य उगवला, प्रकाश पडला....!1!

आवाजात किती गोडवा होता.... गाणं ऐकण्यात दंग झालो. हळू हळू तो आवाज मोठमोठ्याने येऊ लागला. कुतूहलाने उठून उभा राहिलो. गाणं म्हणणाऱ्या व्यक्तीला पाहण्यासाठी, त्याच्या गाण्याची, आवाजाची दाद देण्यासाठी.... पाठमोऱ्या उभे असलेल्या व्यक्तीला आम्ही गाण्याला साथ देऊ लागलो. गाणं म्हणता म्हणता ती व्यक्ती वळून माझ्याकडे पाहू लागली. मी गाणं म्हणता म्हणता आ वासून पाहतच राहिलो.... तोच चेहरा...तेच स्मितहास्य....मी हात जोडले, डोळे बंद केले. खुळखुळ्यांचा आवाज कानात घुमू लागला. "देवभू बाबा.... देवभू बाबा ..." पुटपुटत मी नतमस्तक झालो. देवभ बाबांनी हात वर नेत मला आशीर्वाद दिले.

* ....समाप्त.....

www.ingramcontent.com/pod-product-compliance
Lightning Source LLC
LaVergne TN
LVHW090007230825
819400LV00031B/582
* 9 7 8 1 6 3 9 4 0 1 8 9 5 *